ಗೊಂಬಿ ಮದುವಿ

ಕರ್ನಾಟಕ ಸರ್ಕಾರ - ಕನ್ನಡ ಪುಸ್ತಕ ಪ್ರಾಧಿಕಾರ, ಬೆಂಗಳೂರು
ಇವರ ಧನ ಸಹಾಯ ಪಡೆದ ಕೃತಿ

ಗೊಂಬಿ
ಮದುವಿ

ರೇವತಿ ನಾಡಗೀರ

MANIPAL
UNIVERSAL PRESS

MANIPAL
UNIVERSAL PRESS

Manipal Universal Press (MUP) is a unit of Manipal Academy of Higher Education (MAHE) Trust and is committed to the dissemination of knowledge generated within its vibrant academic environment and beyond.

Published by Manipal Universal Press (MUP)
5th Floor, Advanced Research Centre
Madhav Nagar, Manipal 576104 India
Tel: +91 820 2922954, 2922516
Website: mup.manipal.edu
E-mail: mup@manipal.edu

Title: Gombi Maduvi
Author: Revati Nadgir
First Edition: November 2020
Pages: 80
Price: ₹
ISBN: 978-93-88337-22-9

Cover artwork: Revati Nadgir, Manipal Universal Press, Manipal

Printed at Manipal Technologies Limited., Manipal

ಅರ್ಪಣೆ

"ಅಪ್ಪಿ, ಮೊನ್ನೆ ಬರದದ್ದು ಸಾಲು ಮತ್ತೊಮ್ಮೆ ಓದಿ ತೋರಿಸು,

ಪ್ರಾಸ ಬರದಿದ್ದರೂ ಅಡ್ಡಿ ಇಲ್ಲಾ, ಅರ್ಥ ಬರೋಹಂಗ ಬರೀ"

ಎಂದು

ಡೈರಿಯಲ್ಲಿ ಬರೆದು ಮುಚ್ಚಿಟ್ಟ ಸಾಲುಗಳಿಗೆ ಜೀವ ಕೊಟ್ಟ

ಮೊದಲ ಶ್ರೋತೃ ನನ್ನ ಅಜ್ಜಿ

ಲಕ್ಷ್ಮೀಬಾಯಿ ನಾಡಗೀರ ಅವರಿಗೆ

ನೆನಕೆ

೨೦೧೯ರ ಧಾರವಾಡ ಸಾಹಿತ್ಯ ಸಂಭ್ರಮಕ್ಕೆ ನೀತಕ್ಕನ ಜೊತೆ ಹೋಗಿದ್ದೆ. ಕವಿ ಗೋಷ್ಠಿಯಲ್ಲಿ ರಾಜೇಂದ್ರ ಪ್ರಸಾದ ಅವರು ವಾಚಿಸುತ್ತಿದ್ದ 'ಗೊಂಬೆ ಮದುವೆ' ಕವನವನ್ನ ಕೇಳುತ್ತಿದ್ದಾಗ, ಈ ನಾಟಕದ ಎಳೆ ಸಿಕ್ಕಿತು. ನಾವೆಲ್ಲರೂ ಬಾಲ್ಯದಲ್ಲಿ ಗೊಂಬೆಯ ಜೊತೆ ಆಟವಾಡಿದವರೇ. ಜಾತ್ರೆಯಲ್ಲಿ ಕೊಡಿಸಿದ ಹಸಿರು ಪ್ಲಾಸ್ಟಿಕ ಗೊಂಬೆ ನನ್ನ ದೃಷ್ಟಿಯಲ್ಲಿ ದಿನ ಬದಲಾಗುವ ಪಾತ್ರವಾಗಿತ್ತು. ಒಮ್ಮೆ ನನ್ನ ಮಗಳಾದರೆ, ಇನ್ನೊಮ್ಮೆ ನನ್ನ ಗೆಳತಿ... ನನ್ನ ತಂಗಿ ಅಥವಾ ಒಮ್ಮೊಮ್ಮೆ ನಾನೇ! ಅದಕ್ಕೆ ಹೂವು ಮುಡಿಸಿ, ಕುಂಕುಮ ಹಚ್ಚಿ, ಹಳೆಯ ಬಟ್ಟೆಯ ಸೀರೆ ಮಾಡಿ, ಆಟದ ಸಾಮಾನಿನಲ್ಲಿ ಅಡುಗೆ ಮಾಡಿ, ಮದುವೆ ಮಾಡಿ ಕಳಿಸುವಾಗ ನನಗೆ ನಿಜವಾಗಿಯೂ ಕಣ್ಣು ತುಂಬಿ ಬರುತ್ತಿತ್ತು. ಅಂತಹ ಒಂದು ಪಾತ್ರವನ್ನು ವಯಸ್ಸಿಗೆ ಬಂದ ಹುಡುಗ ತೀರಿ ಹೋದರೆ ಗೊಂಬೆ ಜೊತೆ ಮದುವೆ ಮಾಡಿಸುವ ಪದ್ಧತಿ ಇದೆ ಎಂದಾಗ, ಆ ಗೊಂಬೆಯ ದೃಷ್ಟಿಯಲ್ಲಿ ಮದುವೆ ಹೇಗಿರಬಹುದು ಎಂದು ಯೋಚಿಸತೊಡಗಿದೆ. ಆ ಯೋಚನೆ ಈ ನಾಟಕದ ರೂಪದಲ್ಲಿ ಹೊರಬಂದಿದೆ. ನನ್ನ ಮೊದಲ ಪ್ರಯತ್ನ; ತಪ್ಪು ನನ್ನದು, ಒಪ್ಪು ನಿಮ್ಮದು.

ಕನ್ನಡ ಪುಸ್ತಕ ಪ್ರಾಧಿಕಾರದ, ೨೦೧೯ ರ ಯುವ ಬರಹಗಾರ ಚೊಚ್ಚಲ ಕೃತಿಗೆ ಆಯ್ಕೆ ಮಾಡಿದ ಎಲ್ಲ ಪದಾಧಿಕಾರಿಗಳಿಗೆ, ಆಯ್ಕೆ ಸಮಿತಿಗೆ,

ನಾಟಕ ಕಳುಹಿಸಿದ ಮರುದಿನವೇ ತುಂಬ ಪ್ರೀತಿಯಿಂದ ಪುಸ್ತಕಕ್ಕೆ ಬೆನ್ನುಡಿ ಬರೆದ ಆಪ್ತರೂ ಹಾಗೂ ಖ್ಯಾತ ವಿಮರ್ಶಕರೂ ಆದ ಪ್ರೊ ಟಿ ಪಿ ಅಶೋಕ ಅವರಿಗೆ, ಮುನ್ನುಡಿ ಬರೆದ ಖ್ಯಾತ ರಂಗ ನಿರ್ದೇಶಕರಾದ ಡಾ ಪ್ರಕಾಶ ಗರುಡ ಅವರಿಗೆ,

ಈ ನಾಟಕವನ್ನು ಪ್ರಕಟಿಸಲು ಮುಂದಾದ, ನನ್ನ ಕರ್ಮಭೂಮಿ ಮಣಿಪಾಲ ಯುನಿವರ್ಸಲ್ ಪ್ರೆಸ್ಸ್-ಗೆ, "ಗ್ಲಾಸರಿ ಬೇಡ, ಶಬ್ದಗಳ

ಅರ್ಥದ ಹುಡುಕಾಟ ಮಜವಾಗಿರುತ್ತದೆ" ಎಂದು ಉತ್ತರ ಕರ್ನಾಟಕದ ಮೇಲೆ ವಿಶೇಷ ಪ್ರೀತಿ ಇರುವ, ಮತ್ತು ಪ್ರಕಟಣೆಗೆ ಒಪ್ಪಿಗೆ ಕೊಟ್ಟ ಎಮ್ ಯು ಪಿ- ಯ ಪ್ರಧಾನ ಮಾರ್ಗದರ್ಶಕರಾದ ಡಾ ವಿನೋದ ಭಟ್ಟ ಅವರಿಗೆ,

"ಸ್ವಲ್ಪ ಓದು-ಬರೀ ಮಾಡು...ಬರೇ ತಿರಗಬ್ಯಾಡಾ. ನಾಟಕ ಪೂರ್ತಿ ಬರದ ಮುಗಸು ಅದನ್ನ" ಎಂದು ತನ್ನದೇ ಶೈಲಿಯಲ್ಲಿ ಹೇಳುತ್ತ , ಈ ನಾಟಕದ ಕರಡು ಪ್ರತಿ ತಿದ್ದೋದಲ್ಲದೆ, ನನ್ನನ್ನೂ ಕೂಡ ಎಲ್ಲ ರೀತಿಯಿಂದ ತಿದ್ದಿ, ತೀಡಿದ ನನ್ನ ಮಾರ್ಗದರ್ಶಿ, ಬಾಸ... ಜೀವದಗೆಳತಿ ನೀತಕ್ಕನಿಗೆ ಧ್ಯನ್ಯವಾದ ಹೇಳಿದರೆ, "ಯಾವಾಗ ಇಷ್ಟ ಥೊಡ್ಡಾಕಿ ಆದಿ" ಅನ್ನುವ ಸಾಧ್ಯತೆಗಳಿವೆ. ಆದರೂ ಎಮ್ ಯು ಪಿ-ಯ ಪ್ರಧಾನ ಸಂಪಾದಕರಾದ ಡಾ ನೀತಾ ಇನಾಂದಾರ ಅವರಿಗೆ,

ಸ್ನೇಹದಿಂದ ಹುರಿದುಂಬಿಸಿದ ಅಚ್ಯುತ ಕುಮಾರ ಸರ್, ಯಶವಂತ ಸರದೇಶಪಾಂಡೆ ಸರ್, ಶಶಿರಾಜ ಕಾವೂರು, ಪವನ ವಾರಂಬಳ್ಳಿ, ಪಲ್ಲವಿ ಕುಲಕರ್ಣಿ, ಪೂಜಾ ನಾಡಗೀರ, ಸಂಜನಾ ನಿಂಜೂರು, ಮೈತ್ರೀ ಚಂದ್ರಶೇಖರ, ರಕ್ಷಾ ಪೈ, ಅರ್ಚನಾ ನರೇಗಲ್ ಹಾಗೂ ಅನಿರುದ್ಧ ಇನಾಂದಾರ ಅವರಿಗೆ,

ನಮ್ಮ ಎಮ್ ಯು ಪಿ ಕುಟುಂಬದ ಪ್ರತಿಯೊಬ್ಬ ಸದಸ್ಯರಿಗೆ,

ಪ್ರೋತ್ಸಾಹ ಕೂಟ್ಟು, ಬೆನ್ನು ತಟ್ಟಿ, ಭೇಷ್ ಎನ್ನುವ ಅಮ್ಮ ಅಪ್ಪ, ಅತ್ತೆ-ಮಾವ, ದೊಡ್ಡಮ್ಮ- ದೊಡ್ಡಪ್ಪ ಅವರಿಗೆ,

ನಾನು ಬರೆದ ಅಕ್ಷರದ ಭಾಷೆ ಗೊತ್ತಾಗದಿದ್ದರೂ, ಸಾಧ್ಯವಾದಷ್ಟು ತಿಳಿದುಕೊಂಡು "ಬಡಿಯಾ ಹೈ" ಎಂದೆನುತ್ತ ನನಗೆ ಬೆನ್ನೆಲುಬಾಗಿ ನಿಂತಿರುವ "ನನ್ನ ಹಿಯರ್ಾ" ಅರವಿಂದ ಮತ್ತು "ಅಮ್ಮಾ ಭಾಳ ಮಸ್ತ ಬರದೀ... ಐ ಕ್ಯಾನ ಇಮ್ಯಾಜಿನ ಥಿಸ್ ಆನ ಸ್ಟೇಜ್"ಎನ್ನುತ್ತ ನನಗೆ ಸಾಥ ನೀಡಿದ ನನ್ನ ಪುಟ್ಟ ಪೂರ್ವಿಗೆ,

ತುಂಬು ಹೃದಯದ ಧನ್ಯವಾದಗಳು.

ರೇವತಿ ನಾಡಗೀರ

ಮುನ್ನುಡಿ

ಸಾಹಿತ್ಯದ ಇತರ ಪ್ರಕಾರಗಳಿಗೆ ಹೋಲಿಸಿದರೆ ನಾಟಕ ಪ್ರಕಾರದಲ್ಲಿ ಬರೆಯುತ್ತಿರುವ ಮಹಿಳಾ ಲೇಖಕಿಯರ ಸಂಖ್ಯೆ ಬಹಳ ವಿರಳ ಎಂದು ಹೇಳಬಹುದು. ನಾಟಕಕಾರ್ತಿಯರ ನಾಟ್ಯ ಸಂವೇದನೆ ನಾಟಕಕಾರರಿಗಿಂತ ಭಿನ್ನವಾಗಿರುತ್ತದೆಯೆ ಎಂಬುದನ್ನು ಮಹಿಳಾ ಲೇಖಕಿಯರು ಬರೆದ ನಾಟಕಗಳ ಹಿನ್ನೆಲೆಯಲ್ಲಿ ನಮ್ಮ ವಿಮರ್ಶಕರು ಗಮನ ಹರಿಸಿದ್ದೂ ವಿರಳ. ಇದಕ್ಕೆ ಮಹಿಳೆಯರು ನಾಟಕ ಸಾಹಿತ್ಯ ಪ್ರಕಾರದಲ್ಲಿ ಅಷ್ಟಾಗಿ ತೊಡಗಿಸಿ ಕೊಳ್ಳದಿರುವುದೂ ಕಾರಣವಿರಬಹುದು. ಕನ್ನಡದಲ್ಲಿ ಮಹಿಳೆಯರು ಒಂದಿಷ್ಟು ನಾಟಕಗಳನ್ನು ಅನುವಾದ ಮಾಡಿದ್ದಾರಾದರೂ, ಸ್ವತಂತ್ರ ನಾಟಕಕೃತಿಗಳನ್ನು ರಚಿಸಿದ್ದು ಕಡಿಮೆ. ಹೀಗಾಗಿ ಮಹಿಳಾ ಲೇಖಕಿಯೊಬ್ಬರು ಒಂದು ಹೊಸ ನಾಟಕ ಕೃತಿಯೊಂದು ಸಾರಸ್ವತ ಲೋಕಕ್ಕೆ ನೀಡಿದಾಗ, ಅದನ್ನು ಕುತೂಹಲದಿಂದ ನೋಡಲು ನಮ್ಮನ್ನು ಪ್ರೇರಪಿಸುತ್ತದೆ.

ಹಿಂದೆ, ನಮ್ಮ ವೃತ್ತಿ ರಂಗಭೂಮಿಯ ಕಾಲದಲ್ಲಿ ನಟರು ತಮ್ಮ ಅಭಿನಯಕ್ಕೆ ಪೂರಕವಾಗಿ ಇಂಬು ನೀಡಬಲ್ಲ ನಾಟಕಗಳನ್ನು ತಮ್ಮ ಕಂಪನಿಯಲ್ಲಿ ಆಡುತ್ತಿದ್ದರು. ಕೆಲವರಂತೂ ತಾವು ಬರೆದ, ತಮ್ಮ ವ್ಯಕ್ತಿತ್ವಕ್ಕೆ ಹೊಂದಿಕೊಳ್ಳಬಲ್ಲ ನಾಟಕಗಳನ್ನೇ ರಚಿಸಿಕೊಳ್ಳುತ್ತಿದ್ದರು. ಈಗ, ನಿರ್ದೇಶಕ-ಪರಿಕಲ್ಪನೆ ರಂಗಭೂಮಿಯಲ್ಲಿ ಮುಂಚೂಣಿಗೆ ಬಂದುದರಿಂದ, ನಿರ್ದೇಶಕರು ತಮ್ಮ ನಾಟಕಪಠ್ಯವನ್ನು ಸಿದ್ಧಪಡಿಸಿಕೊಳ್ಳುತ್ತಾರೆ. ವೃತ್ತಿ ರಂಗಭೂಮಿಯ ಕಾಲದಲ್ಲಿ ನಾಟಕಕಾರ್ತಿಯರೇ ಇರಲ್ಲಿಲ್ಲ ಮತ್ತು ಈಗಲೂ ಇಲ್ಲ. ಆದರೆ, ಅಲ್ಲಿ ಪ್ರತಿಭಾವಂತ ನಟಿಯರ ಪಟ್ಟಿ ಸಿಗುತ್ತದೆ. ಹೀಗಾಗಿ ಆ ರಂಗಭೂಮಿಯ ಚರಿತ್ರೆ ದಾಖಲಿಸುವಾಗ ಮಹಿಳೆಯನ್ನು ನಟಿಯಾಗಿಯೇ ಸಂಕ್ಷಿಪ್ತವಾಗಿ

ದಾಖಲಿಸಿ ಕೈಚೆಲ್ಲಿ ಬಿಡುತ್ತಾರೆ. ಸ್ವಾತಂತ್ರ್ಯೋತ್ತರದ ರಂಗಭೂಮಿಯಲ್ಲಿ ಪ್ರತಿಭಾವಂತ ನಟಿಯರೂ ರಂಗಭೂಮಿಯಲ್ಲಿ ತೊಡಗಿಸಿಕೊಂಡಿದ್ದಾರೆ. ಹಾಗೇಯೇ, ರಂಗ ನಿರ್ದೇಶನದಲ್ಲೂ ಸೈ ಅನಿಸಿಕೊಂಡಿದ್ದಾರೆ. ಕೆಲ ಮಹಿಳಾ ರಂಗಕರ್ಮಿಗಳು ತಮ್ಮ ಅಭಿವ್ಯಕ್ತಿಗೆ ತಮ್ಮ ರಂಗ ಪಠ್ಯವನ್ನು ತಾವೇ ಡಿವೈಸ್ ಮಾಡಿಕೊಂಡು ಸಿದ್ಧನಾಟಕಗಳ ಹಂಗನ್ನೂ ಮೀರಿದ್ದಾರೆ. ಹೀಗೆ ರಂಗಭೂಮಿಯಲ್ಲಿ ಮಹಿಳೆಯ ಪಾತ್ರ ಗಣನೀಯವಾಗಿದ್ದಾಗ್ಯೂ ನಾಟಕ ರಚನೆಗೆ ಯಾಕೆ ಮಹಿಳೆಯರು ಮುಂದೆ ಬರುತ್ತಿಲ್ಲ, ಎಂಬ ಪ್ರಶ್ನೆಗಳು ಏಳುತ್ತವೆ. ಬಹುಶಃ ಸಾಹಿತ್ಯದ ಬೇರೆ ಪ್ರಕಾರಗಳಿಗಿರುವ ಮಹಿಳಾ ಲೇಖಕಿಯರ ಪರಂಪರೆಯ ಸಾತತ್ಯ ನಾಟಕ ಪ್ರಕಾರದಲ್ಲಿ ಇಲ್ಲದ್ದೂ ಕಾರಣ ಇರಬಹುದು. ಹೀಗಾಗಿಯೇ ಮೇಲೆ ಹೇಳಿದಂತೆ ಮಹಿಳೆ ಒಂದು ನಾಟಕ ರಚಿಸಿದಾಗ ಅದನ್ನು ಕುತೂಹಲದಿದಂದಲೂ ಮತ್ತು ರಂಗಭೂಮಿಯಲ್ಲಿರುವ ಪುರಷ-ಪ್ರಾಧಾನ್ಯತೆಯನ್ನು ಪ್ರಶ್ನಿಸುವ ಒಂದು ಸಂಕೇತವಾಗೀಯೂ ಕಾಣಬಹುದು. ಏಕೆಂದರೆ ಮಹಿಳೆ ರಂಗಭೂಮಿಯಲ್ಲಿ ಎಷ್ಟೇ ಸಾಧನೆ ಮಾಡಿದ್ದರೂ ಈಗಲೂ ನಮ್ಮ ಸಮಾಜ ರಂಗಭೂಮಿಯಲ್ಲಿ ಮಹಿಳೆ ತೊಡಗಿಸಿಕೊಂಡಿರುವುದನ್ನು ಮಡಿವಂತಿಕೆಯಿಂದಲೇ ನೋಡುತ್ತದೆ.

ರೇವತಿ ನಾಡಗೀರ ಹಲವಾರು ನಾಟಕಗಳಲ್ಲಿ ಅಭಿನಯಿಸಿದವರು. ಸ್ವತಃ ನಾಟಕ ನಿರ್ದೇಶನವನ್ನೂ ಅವರು ಮಾಡಿದ್ದಾರೆ. ಸಾಹಿತ್ಯದ ಅಭಿರುಚಿ, ಸಂಘಟನೆಯ ಚಾತುರ್ಯದ ಅನುಭವ ಅವರನ್ನು ತಮ್ಮ ರಂಗಭೂಮಿಯ ಆಸಕ್ತಿಯನ್ನು ಪೋಷಿಸಿ ಬೆಳಸಿಕೊಳ್ಳುವುದರಲ್ಲಿ ಪೂರಕವಾಗಿವೆ. ಅವರು ರಚಿಸಿದ **ಗೊಂಬಿ ಮದುವಿ** ನಾಟಕದಲ್ಲಿ ಅವರು ಬಳಸಿದ ವಸ್ತು ತಂತ್ರ ಭಾಷೆಯನ್ನು ಗಮನಿಸಿದರೆ ಅವರಗಿರುವ ನಾಟ್ಯ ಪ್ರಜ್ಞೆಯ ಅರಿವಿನ ಆರಂಭಿಕ ಹೆಜ್ಜೆಯನ್ನು ಗುರುತಿಸಬಹುದು. ಈ ನಾಟಕದಲ್ಲಿ ಒಂದುಕಡೆ ಬಸಪ್ಪ, ಆತನ ಹೆಂಡತಿ ಮಲ್ಲವ್ವ ಮತ್ತು ಇವರ ಮಗಳು ಲಕ್ಕವ್ವ ಇವರ ರೈತ ಕುಟುಂಬವಿದೆ.

ಇನ್ನೊಂದು ಕಡೆ ಶಂಕರ ಗೌಡರು, ಆತನ ಹೆಂಡತಿ ಶೋಭಾ ಹಾಗೂ ಮಗ ಶ್ಯಾಮ ಇವರ ಜಮೀನ್ದಾರ ಶ್ರೀಮಂತ ಕುಟುಂಬ ಇದೆ. ಈ ಕುಟುಂಬಗಳ ಮಧ್ಯದಲ್ಲಿ ಘಟಿಸುವ ಘಟನೆಗಳೇ ನಾಟಕದ ವಸ್ತುವಾಗಿದೆ. ಆದರೇ ಇಲ್ಲಿ ಹಳ್ಳಿ ಜನಜೀವನದ ಹಿನ್ನೆಲೆಯಲ್ಲಿ ರೂಪಗೊಂಡ ಹಲವಾರು ನಾಟಕಗಳಲ್ಲಿ ನಡೆಯುವ ಬಡವ-ಬಲ್ಲಿದರ ಸಂಘರ್ಷವಲ್ಲ. ಬದಲಾಗಿ ಹಳ್ಳಿಯಲ್ಲಿ ಬದುಕುತ್ತಿರುವ, ಅಂತಸ್ತಿನ ಅಂತರವಿದ್ದರೂ ಎರಡು ಕುಟುಂಬಗಳು ಒಂದು ಸಮನ್ವಯ ಬಾಳನ್ನು ಕಾಣಲು ಯತ್ನಿಸುವವರ ಮಧ್ಯದಲ್ಲಿ ವಿಧಿಯು ಆಡುವ ಆಟಕ್ಕೆ ಸಿಲುಕಿ ದುಃಖವನ್ನು ಅನುಭವಿಸುತ್ತಾರೆ. ಆದರೆ ನಾಟಕದಲ್ಲಿ ಕೊನೆಯತನಕವೂ ಅನುಭವಕ್ಕೆ ಬರುವುದು ಇಲ್ಲಿ ಎಲ್ಲ ಪಾತ್ರಗಳಲ್ಲಿ ಮಡುಗಟ್ಟಿದ ಅಂತಃಕರಣ. ನಾಟಕದಲ್ಲಿ ಅದೇ ಸ್ಥಾಯೀ ಭಾವವೋ ಎಂಬಂತೆ ಪ್ರತಿಯೊಂದು ದೃಶ್ಯದಲ್ಲೂ ಅದು ಢಾಳಾಗಿ ಕಾಣಿಸಿ ಕೊಳ್ಳುತ್ತದೆ. ಇದರ ಪರಾಕಾಷ್ಠೆ ಕಾಣುವುದು ಬಸಪ್ಪ ತನ್ನ ಮಲಮಗಳಾದ ಲಕ್ಕವ್ವಳನ್ನು ಕುರಿತು ಆಡುವ ಮಾತುಗಳಲ್ಲಿ ಕಾಣಬಹುದು.

ಸಮಾಕಾಲೀನ ನಾಟಕಗಳು ಹಳ್ಳಿಯಲ್ಲಿ ಬೇರೂರಿರುವ ಫ್ಯುಡಲ್ ಜಗತ್ತನ್ನು ಈಗಲೂ ಶೋಷಣೆ-ಶೋಷಿತರ, ಜಾತಿ-ಜಾತಿಗಳ ಸಂಘರ್ಷದ ನೆಲೆಯಲ್ಲಿ ನೋಡುತ್ತವೆ. ಅದು ತಕ್ಕಮಟ್ಟಿಗೆ ವಾಸ್ತವ ಕೂಡಾ ಹೌದು. ಆದರೆ ಆ ವ್ಯವಸ್ಥೆಯಲ್ಲೂ ಇರುವ ಮಾನವೀ ಸಂಬಂಧಗಳ ಅಸ್ತಿತ್ವವನ್ನು ಈ ನಾಟಕದಲ್ಲಿ ಹಿಡಿದಿಡುವ ಪ್ರಯತ್ನವನ್ನು ಶ್ರೀಮತಿ ರೇವತಿ ನಾಡಗೀರ ಮಾಡಿದ್ದಾರೆ. ಶಂಕರಗೌಡರು ರೋಗಗ್ರಸ್ಥನಾದ ತನ್ನ ಮಗನಾದ ಶ್ಯಾಮನ ಮದುವೆಯನ್ನು ತನ್ನದೇ ಜಾತಿಯ ಹುಡುಗಿಯು ನಿರಾಕರಿಸಿದಾಗ ಅನ್ಯ ಜಾತಿಯ, ಜೀವನ ಪ್ರೀತಿಯ ಲವಲವಿಕೆ ಹುಡುಗಿ, ಮನೆಕೆಲಸ ಮಾಡಲುಬಂದ ಲಕ್ಕವ್ವಳನ್ನು ತನ್ನ ಮಗನಿಗೆ ಮದುವೆ ಮಾಡಲು ಸಿದ್ಧನಾಗಿ ಜಾತಿ ವ್ಯವಸ್ಥೆ ಯನ್ನೂ ಮೀರಲು ಸಿದ್ಧನಾಗುತ್ತಾನೆ. ಇದು ತನ್ನ ರೋಗಗ್ರಸ್ಥ ಮಗನನ್ನು ಬೇರಾರೂ ಮದುವೆ ಆಗಲಾರರೂ ಅದಕ್ಕೇ ಲಕ್ಕವ್ವಳಂತಃ ಮುಗ್ಧ

ಹುಡುಗಿಯನ್ನು ಮದುವೆಮಾಡಿಸಲು ಮುಂದಾದುದನ್ನು ಆತನ ಹೆಂಡತಿ ಶೋಭಾ ಆತನ ಸ್ವಾರ್ಥವೇ ಎಂಬುದನ್ನು ಗಂಡನ ಗಮನಕ್ಕೆ ತರುತ್ತಾಳೆ. ಆದರೆ ಅಂತಃಕರಣವೇ ತುಂಬಿತುಳುಕುವ ಈ ನಾಟಕದಲ್ಲಿ ಆಕೆಯ ಮಾತು ಮಸುಕಾಗುತ್ತದೆ. ಏಕೆಂದರೆ ಶಂಕರ ಗೌಡರ ಪಾತ್ರ ಚಿತ್ರಣ ಆರಂಭದಿಂದಲೂ ಉದಾತ್ತತೆಯಿಂದ ಕೂಡಿದೆ. ಈ ನಾಟಕ ವಾಸ್ತವದ ನೆಲೆಯಲ್ಲಿ ಕಥೆಯನ್ನು ಹೇಳುತ್ತಲೇ ಈ ನಾಟಕದ ಕೇಂದ್ರ ಪಾತ್ರವಾದ ಲಕ್ಕವ್ವ ಅತಿಯಾಗಿ ಪ್ರೀತಿಸುವ ಗೊಂಬಿಗೆ ಜೀವಬಂದು ಅದೂ ಆಕೆ ಕನಸು ಕಾಣುತ್ತಿರುವ ಗಂಡನನ್ನು ತೋರಿಸುವ ದೃಶ್ಯದ ಮೂಲಕ ನಾಟಕ ವಾಸ್ತವವನ್ನೂ ಮೀರುತ್ತದೆ. ಕನಸು ಅವಾಸ್ತವ ನೆಲೆಯಲ್ಲಿ ಆಕೆ ತನ್ನ ಮದುವೆಯ ವಿವರವನ್ನು ಕಾವ್ಯಾತ್ಮಕ ಭಾಷೆಯಲ್ಲಿ ಕಟ್ಟಿ ಕೊಡುವುದೂ ಮುಂದೆ ಶ್ಯಾಮನ ಸಾವಿನೊಂದಿಗೆ ಆತನ ಮದುವೆ ಗೊಂಬೆಯ ಜೊತೆಗೆ ಆಗುವ ಹೊತ್ತಿನಲ್ಲಿ ಮತ್ತೆ ಮಾರ್ದನಿಸುವುದೂ ನಮ್ಮ ಅತಃಕರಣವನ್ನು ಕಲುಕದೇ ಇರದು. ಏಕೆಂದರೆ, ವಾಸ್ತವದ ರೋಗಗ್ರಸ್ಥ ಶ್ಯಾಮ ಲಕ್ಕವ್ವನಿಗೆ ಕನಸಿನಲ್ಲಿ ಕಂಡ ತಾನು ಮದುವೆ ಆಗಲು ಬಯಸಿದ ಸಧೃಢ ಇರುಪಾಕ್ಷಿ ಇವರೀರರ್ವರೂ ಒಬ್ಬರೇ ಆಗಿರುತ್ತಾರೆ. ಈ ಒಂದು ಸಣ್ಣ ನಾಟಕೀಯ ತಂತ್ರದ ಮೂಲಕ ನಾಟಕ ಆಪ್ತವಾಗುತ್ತದೆ. ಈ ನಾಟಕದಲ್ಲಿ ಹುಬ್ಬಳ್ಳಿ ಭಾಗದ ಜವಾರಿ ಭಾಷೆಯನ್ನು ಕಾವ್ಯಾತ್ಮಕವಾಗಿ ಬಳಸಿಕೊಂಡು ಪ್ರಥಮ ಪ್ರಯತ್ನದಲ್ಲೇ ಉತ್ತಮನಾಟಕ ಕಟ್ಟಲು ಯತ್ನಿಸಿದ ರೇವತಿಯವರು ಭವಿಷ್ಯದಲ್ಲಿ ಇನ್ನೂ ಉತ್ತಮ ನಾಟಕಗಳನ್ನು ಕನ್ನಡ ರಂಗಭೂಮಿಗೆ ನೀಡಿ ಮಹಿಳಾ ನಾಟಕಕಾರ್ತಿಯರ ಕೊರತೆಯನ್ನು ತುಂಬುತ್ತಾರೆ ಎಂದು ಭರವಸೆ ಇಡಬಹುದು.

ಡಾ ಪ್ರಕಾಶ ಗರುಡ
ಗೊಂಬೆಮನೆ
ಧಾರವಾಡ

ಪಾತ್ರಗಳು

ಗೊಂಬಿ

ಲಕ್ಕವ್ವ - ನಾಯಕಿ

ಬಸಪ್ಪ- ಲಕ್ಕವ್ವನ ತಂದೆ

ಮಲ್ಲವ್ವ - ಲಕ್ಕವ್ವನ ತಾಯಿ

ಶಂಕರ ಗೌಡ - ಊರಿನ ಗೌಡರು

ಶೋಭಾ - ಗೌಡರ ಹೆಂಡತಿ

ಶ್ಯಾಮ - ಗೌಡರ ಮಗ

ಭೀಮಪ್ಪ- ಗೌಡರ ಮನೆಯ ಕೆಲಸದವ

ನಿಂಗವ್ವ - ಗೌಡರ ಮನೆಯ ಕೆಲಸದವಳು

ಗೋವಿಂದ ಭಟ್ಟರು - ಅರ್ಚಕರು

ದಾಮೋದರ ಸಿಂದಗಿ - ಗೌಡರ ಆಗುವ ಬೀಗರು

ದೃಶ್ಯ ಒಂದು

(ಒಂದು ಹಳ್ಳಿಯ ಸಣ್ಣ ಮನೆ. ಗೋಡೆಯ ಮೇಲೆ ದೇವರ ಕ್ಯಾಲೆಂಡರ್-ಗಳು. ಗೋಡೆಯ ಹಗ್ಗದ ಮೇಲೆ ನೇತು ಹಾಕಿದ್ದಬಟ್ಟೆಗಳು. ಸಣ್ಣ ಕನ್ನಡಿ. ಮಲ್ಲವ್ವ ಧೂಪವನ್ನು ಬೆಳಗುತ್ತ ಬರುತ್ತಾಳೆ. ಬಸಪ್ಪ ಹೊರಗಡೆಯಿಂದ ಬೀಸಿದ ಹಿಟ್ಟು ತುಂಬಿದ ಬುಟ್ಟಿಯನ್ನು ಕೆಳಗೆ ಇಟ್ಟು, ಕುಳಿತು ಎಲೆ ಅಡಿಕೆಯ ಚೀಲ ತೆಗೆಯುತ್ತಾನೆ).

ಮಲ್ಲವ್ವ- (ಹಿಟ್ಟನ್ನು ಹಿಡಿದು) ಎಷ್ಟ ಸರತಿ ಹೇಳೇನಿ... ಮೊದಲ ಗೋದಿ ಹಾಕು, ಆಮ್ಯಾಲೆ ಕಡ್ಲಿ ಹಾಕಪಾ ಅಂತ. ಗೋದಿ ಹಿಟ್ಟಿನ ತುಂssಬ ಕಡ್ಲಿ ವಾಸನಿ ಹತ್ತೇತಿ. ಹೇಳಿದ್ದ ಮಾತ ಕೇಳಾಕ, ನಾ ಯಾಕ ಅಂತೇತಿ ಆ ಗಿರಣಿ ಕುಮ್ಯಾ!

ಬಸಪ್ಪ - (ತಂಬಾಕು ತಿಕ್ಕುತ್ತ) ಗೋದಿ, ಕಡ್ಲಿ, ಎಲ್ಲಾ ಹೋಗೋದು ಹೊಟ್ಟ್ಯಾಗss ತೊಗೋ.

ಮಲ್ಲವ್ವ - ಅಲ್ಲಾss... ಮಂಡರ ತಿಗದ ತೊಗಲ ನೋಡ ಅಂವಾ ಕುಮ್ಯಾ. ಇನ್ನss ಆರಾಮ ಇದ್ದಿದರ ಎಷ್ಟ ಹಾರ್ಯಾಡತಿದ್ದ ಯಾರಿಗೆ ಗೊತ್ತ. ಪಾಪ ಅಂವಾ ಬ್ಯಾನಿ ಬಿದ್ದಿದ್ದು ನೋಡಿದರ, ಮತ್ತ ಗಿರಣಿ ನಡಸಾಕತ್ತಿದ್ದ ಹೆಚ್ಚಿಂದು.

ಬಸಪ್ಪ- ಕಾಲಾಗಿಂದ ಶಕ್ತೀನss ಹೋಗಿತ್ತು. ಅವರ ಅಪ್ಪಗ ಅದ ಚಿಂತಿ ಹತ್ತಿತ್ತು. ಯಾಕ ಕಾಳಜಿ ಮಾಡತಿ ಬಿಡೊ. ನಾನss ದಿನಾ

ಎಣ್ಣೀ ಹಚ್ಚಿ ಕಾಲ ತಿಕ್ಕತೇನಿ ಅಂದೆ. ಅದಕ್ಕ ಇಡೀ ದಿನಾ ಎತ್ತಿನ ಹಂಗ ನಿಂತ ಗಿರಣಿ ನಡಸಾಕತ್ತಾನ.

ಮಲ್ಲವ್ವ- ಹೌದು. ಪಾssssಪ... ಕುಮ್ಯಾಗ ಮಕ್ಕಳ ಆದರ ಪಾಡ ಆಕ್ಕೇತಿ. ಮದುವಿ ಆಗಿ ತಿರಗಿ ನಾಕ ವರಸ ಆತು. ಅವರವ್ವಗ ಅದ ಚಿಂತಿ ಹತ್ತೇತಿ.

ಬಸಪ್ಪ- ಮೈಯ್ಯಾಗ ತ್ರಾಣ ಇದಿದ್ದಿಲ್ಲಾ. ಈಗ ಆರಾಮ ಆಗಾಕತ್ತಾನ. ಬರು ವರ್ಸದಾಗ ಮೂಮ್ಮಕ್ಕಳು ಉಡ್ಯಾಗ ಆಡತಾವು, ಅವು ನಿಂತ ಗಿರಣಿ ನಡಸ್ತಾವು ಅಂತ ಅವರ ಅಪ್ಪಗ ಹೇಳೇನಿ (ನಗುತ್ತ).

ಅದಕ್ಕss ಗರಡಿ ಮನಿ ಕಡೆ ಹೋದಾಗ ಬಸಪ್ಪನ ಕೈ ಚಳಕ ಭಾಳ ಛಲೋ ಅನ್ನಾಕತ್ತಿದ್ದರು ಎಲ್ಲಾರೂ.

ಮಲ್ಲವ್ವ- ನಿನ್ನ ಕೈಚಳಗದ ಬಗ್ಗೆ ಬ್ಯಾರೇ ಮಾತಿಲ್ಲ ಬಿಡು. ಅದು ಈಡಿ ಊರಿಗೇ ಗೊತ್ತ ಐತಿ. (ಮತ್ತೆ ಹಿಟ್ಟನ್ನು ಹಿಡಿದು, ಅಲ್ಲಿಯೇ ಇದ್ದ ಬಟ್ಟೆಯನ್ನು ಬುಟ್ಟಿಗೆ ಕಟ್ಟಿ, ಹಿಟ್ಟನ್ನು ಜರಡಿ ಹಿಡಿಯುತ್ತ) ಖರೇss ಏನss ಅನ್ನು, ಕುಮ್ಯಾ, ಹಿಟ್ಟ ಉರಟ ಹಾಕಿ ಕೋಟ್ಯಾನ ಮಗ.

ಬಸಪ್ಪ - ಲೇ ಮಲ್ಲಿಗಿ, ಅಂವಾ ಎಷ್ಟ ಸಣ್ಣಗ ಹಾಕಿ ಕೂಟ್ಟರೂ, ನೀ ಅಂತೂ ಒಂದ ಗಜ್ಜ ಹಿಟ್ಟು ಸೋಸತಿ ಅಂತ ಗೊತ್ತೈತಿ.

ಮಲ್ಲವ್ವ - ಹಿಟ್ಟು ಹಾಳಾಗಿ ಹೋಗಲಿ, ನಮ್ಮ ಅಣ್ಣನ ಮಗಳ ಮುತ್ತವ್ವ ಮೈನಾದರ್ಾಳ. ಸ್ವಾದರ ಅತ್ತಿ ನೀರ ಹಾಕಬೇಕು. ಕರದ

ಹೋಗ್ಯಾರ. ನೀ ರೊಕ್ಕ ಬಿಚ್ಚಿದರ, ಎನರೇ ಒಂದಿಟ ಆಹೇರಿ ಮಾಡತೇನಿ.

ಬಸಪ್ಪ - ಬಿಚ್ಚೂಣು ತೊಗೋ... ಆಹೇರಿ ಏನು ಮಾಡಾಕಿ?

ಮಲ್ಲವ್ವ- ಭಾಳ ಏನೂ ಇಲ್ಲಾ. ಟೋಪ್ ಸೆರಗಿನ ಶೀರಿ, ಗುಳೇದಗುಡ್ಡ ಖಣ. ನಮ್ಮ ಕುವತ್ತ ಅಷ್ಟ ಐತಿ. ಅದರಾಗ, ಜಾತ್ರಿ ಬ್ಯಾರೆ ಕಾಲಾಗ ಬಂದ್ಯೆತಿ. ಲಕ್ಕವ್ವ ಮೈನಾದರ್ಾಗ ದ್ಯಾಮವ್ವಗ ಶೀರಿ ಉಡಸ್ತೇನಿ ಅಂತ ಹರಕಿ ಹೊತ್ತಿದ್ನಿ.

ಬಸಪ್ಪ- ನಾಳೆ ಪ್ಯಾಟ್ಯಾಗ ಹೋಗೋಣು... ಪಗಾರ ಆಗೇತಿ.

ಮಲ್ಲವ್ವ- ಪಗಾರ ಆಗೇತ್ಯಾ? ಶೆರೆ ಅಂಗಡ್ಯಾಗ ರೊಕ್ಕಾ ಬಡ್ಯುಕಿಂತ ಮೊದಲ, ಶೀರಿ ತಗೊಂಡ ಬರೋಣು.

ಬಸಪ್ಪ- ಅತ್ತ... ನಾನೂ ಒಂದು ಜುಬ್ಬಾ ತೊಗೋಳಾಂವ ನೋಡ. ಮದುವಿ ಗಂಡು ಏನು ಅಂತ ಕೇಳಬೇಕು; ಹಂಗ ತಯ್ಯಾರ ಆಗಾಂವ ನಾ!

ಮಲ್ಲವ್ವ- ನಮ್ಮ ಅಣ್ಣನ ಹೆಂಡತಿ ಗನಾ ಬೆರಕಿ! ಮುತ್ತವ್ವನ್ನ ಮಲಕಾರ್ಜಿಗೆ ಕೇಳತಾಳ ಅಂತ. ಅವತ್ತ ಹೇಳಿದ್ನಿ, ನಮ್ಮ ಲಕ್ಕವ್ವನ ಕೇಳು ಅಂತ, ನೀ ಎಲ್ಲೆ ಕೇಳತಿ? ನನ್ನ ಮಾತು ಅಂದರ ಹುಣಚಿಪಕ್ಕ ನಿನಗ. ಅssಅss ನಿನ್ನ...

ಬಸಪ್ಪ- ಮುಚ್ಚತಿ ಏನ್ ಬಾಯಿ? ಕಾಸ ಆಣಿ ಘಳಿಕಿಲ್ಲಆ ಮಲ್ಲಿಕಾರ್ಜಿಗೆ. ಕೆಲಸ ಇಲ್ಲ ಭಗಸಿ ಇಲ್ಲ, ಅವರ ಅಪ್ಪನ ರೊಕ್ಕದ

ಮ್ಯಾಲೆ ಚೈನೀ ಹೊಡಿತಾನ. ಹಂತಾ ಬೇವರ್ಸಿಗೆ ಕೊಡ ಅಂತೀಯಾ ನಮ್ಮ ಲಕ್ಕವ್ವನ್ನ?

ನೀ ನೋಡ ಮಲ್ಲಿಗಿ, ನಮ್ಮ ಹುಡಗಿಗೆ ರಾಜಕುಮಾರ... ರಾಜಕುಮಾರನಹಂತಾ ಹುಡಗನ ತಂದ ಮದುವಿ ಮಾಡತೇನಿ. ಅದರಾಗ ಎನು! ಇಡತಿ ಏನ್ ಶರತ್ತ್?

ಮಲ್ಲವ್ವ - ನಿನ್ನ ಶರತ್ತ್ ವೈದು ಭಾಂವ್ಯಾಗ ಹಾಕಾss. ಎಕರೆ ಜಮೀನ ಇರಾವ್ರು ಹತ್ತು ತೊಲಿ ಬಂಗಾರ ಮತ್ತ ವಾಚು ಕೇಳತಾರ. ನೀ ಮಾಡಿಸಿ ಹಾಕಿದ್ದ ಬೋರಮಾಳ ಬಿಟ್ಟರs ಒಂದು ಗುಂಜಿ ಬಂಗಾರ ಇಲ್ಲ ನಮ್ಮಹಂತಿಕೆ. ಇನ್ನs ಹಲ್ಲss ಕಿತ್ತಿ ಕೊಡಬೇಕು ಅಷ್ಟs.

ಬಸಪ್ಪ- ಕಿತ್ತಿ ಕೊಟ್ರು ಆತ ಬಿಡು, ಅಡಕಿ ತಂಬಾಕಾ ಜಗದs, ಹೆಂಗೂ ಕೆಂಪ ಆಗ್ಯಾವ ಹಲ್ಲ! (ನಗುತ್ತ) ಮತ್ತ ಆ ಬೋರಮಾಳಾ ಯಾರಿಗರೇ ಕೊಟ್ಟಿ ಅಂದರ ನಿನ್ನ ತಲಿ ಕುಟ್ಟತೇನಿ.

ಮಲ್ಲವ್ವ- ಮತ್ತ ಏನು ಹಾಕೋದು ನನ್ನ ಮಗಳ ಮದುವಿಗಿ? ಅದ ಚಿಂತಿ ಹತ್ತೇತಿ.

ಬಸಪ್ಪ - (ಸಿಟ್ಟಿನಿಂದ ಕೈಯಲ್ಲಿದ್ದ ಅಡಿಕೆ ಚೀಲ ಬೀಸಾಕಿ) ಅವಾಗಿಂದ ಕೇಳಾಕತ್ತೇನಿ, ನೀ ಒಬ್ಬಾಕಿನ ಒಡಾ ಒಡಾ ಮಾತಾಡಾಕತ್ತಿ. ಮತ್ತs ಎದ್ದ ಬಿದ್ದರ ನನ್ನ ಮಗಳ, ನನ್ನ ಮಗಳ ಅಂತ ಅನಬ್ಯಾಡಾ.

ಮಲ್ಲವ್ವ - ಹಂಗ ಅಂದಿಲ್ಲಾss ಕೇಳಿಲ್ಲೆ...

ಬಸಪ್ಪ - ಹಂಗ ಅಂದಿಲ್ಲ? ಇನ್ನ ಹೆಂಗ ಅಂದಿ ಹೇಳು? ಲಕ್ಕವ್ವ ನನ್ನ ಮಗಳ ಅಲ್ಲ? ನನಗ ಅಕಿ ಕಾಳಜಿ ಇಲ್ಲ? ನಾ ಒಬ್ಬ ಬೇಜವಾಬ್ದಾರಿ ಮನಸ್ಯಾ ಅಂತ ಡಂಗರಾ ಹೊಡಸಾಕಿss ಏನು? ಲಕ್ಕವ್ವ ನನಗ ಹುಟ್ಟಿದ್ದ ಮಗಳ ಅಲ್ಲಾ ಅಂತ ಸಾಬೀತ ಮಾಡಾಕತ್ತೀ ನೀ ಮಲ್ಲಿಗಿ. ಆತ... ಇವತ್ತಕೊನಿ. ಇನ್ನೊಮ್ಮೆ ಅಂದೀss... ಅಂದರ, ಬಾಳೆ ನೆಟ್ಟಗಿರಾಂಗಿಲ್ಲ ನೋಡ ಮತ್ತ!

ಮಲ್ಲವ್ವ - ಅಯ್ಯ ತ್ಯಪ್ಪಾತ ಬಿಡ. ಒಳತ್ತ ಅಂತೇನಿ. ಇನ್ನ ಒಟ್ಟss ಅನ್ನಾಂಗಿಲ್ಲ.

ಬಸಪ್ಪ - (ಹತ್ತಿರ ಹೋಗಿ) ನನ್ನ ಮ್ಯಾಲೆ ಭರಸೇ ಐತೇ ಇಲ್ಲ? ಏನ ಕಡಿಮಿ ಮಾಡೇನಲೇ? ನಿಮ್ಮಿಬ್ರನು ಅಂಗೈಯ್ಯಾಗ ಇಟ್ಟ, ಕಣ್ಣಾಗ ಎಣ್ಣಿ ಹಾಕ್ಕೊಂಡು ನೋಡ್ಕೋಳಾಕತ್ತೇನಿ... ಹೌದಾ ಅಲ್ಲ ಹೇಳು?

ಮಲ್ಲವ್ವ - (ಕಣ್ಣಲ್ಲಿ ನೀರು) ಯಾರು ಇಲ್ಲ ಅಂತಾರ? ತ್ಯಪ್ಪ ಆತ ಅಂದೆನಿಲ್ಲ?
ನೀ ನನ್ನ ಪಾಲಿನ ದ್ಯಾವರು.

ಬಸಪ್ಪ- ದ್ಯಾವರ ಅಂತ ದ್ಯಾವರು... ಮೊದಲ ಮನಸ್ಯಾ ಅಂತ ತಿಳಕೋ ಸಾಕು.

ಮಲ್ಲವ್ವ- ಇವತ್ತಿನ ತನಕ, ಲಕ್ಕವ್ವನ್ನ ಸ್ವಂತ ಮಗಳಕಿಂತಾ ಹೆಚ್ಚು ಜ್ವಾಪಾನಾ ಮಾಡಾಕತ್ತಿ. ನನ್ನಹಿಯ್ರ್ಯಾ ಸತ್ತ ಮ್ಯಾಲೆ, ನನ್ನಅತ್ತಿ, ನಮ್ಮನ್ನ ಮನಿ ಬಿಟ್ಟ ಹೊರಗ ಹಾಕಿದಾಗ...

ಬಸಪ್ಪ- ತಗೀ... ಆಗಿ ಹೋಗಿದ್ದ ಯಾಕ ಮಾತಾಡಾಕತ್ತೀ ಈಗ? ಮಾಡಾಕ ಬ್ಯಾರೇ ಕೆಲಸ ಇಲ್ಲೇನು?

ಮಲ್ಲವ್ವ- ಯಾರ ಅಪ್ಪಗೂ ಹೆದರಲಾರದ, ನಿನ್ನ ಹತ್ತರಕ ತಂದ ಇಟ್ಕೊಂಡಿ. ನಿಮ್ಮ ಮನ್ಯಾಗಿನ ಮಂದಿನೂ ಕದಾ ಹಿಕ್ಕೊಂಡರು. ಊರಾಗಿನ್ನ ಮಂದಿ ಕಲ್ಲ ತಗೊಂಡ ಹೋಡ್ಯಾಕ ನಿಂತಿದ್ದರು. ನಮ್ಮ ಗೌಡರ ಅಪನಾರ ನಮ್ಮ ಪರ ಇದ್ದರೂ ಅಂತ, ಎಲ್ಲಾರೂ ಬಾಲಾ ಒಳಗ ಹಾಕ್ಕೊಂಡು ಕುಂತರು. ಹೋಗಲಿ ಬಿಡು, ಹಳೇದ ತಗದ ಹಿತ್ತಲಾಗ ಅತ್ತಂಗ ಆತು... ಎಲ್ಲಿಂದ ಎಲ್ಲೆ ಹೋತ ನೋಡ ವಿಸಯ. ಗುಡ್ನದ್ದ ಎಲ್ಲವ್ವ ಎಲ್ಲಾ ಛಲೋನ ಮಾಡತಾಳ.

(ಇಬ್ಬರ ಕಣ್ಣಲ್ಲಿ ನೀರು)

ಲಕ್ಕವ್ವ - (ಹೊರಗಡೆಯಿಂದ ಬಂದು, ಗೋಡೆಯ ಮೇಲೆ ಇದ್ದ ಕನ್ನಡಿಯನ್ನು ನೋಡಿತ್ತಾ... ಇಬ್ಬರ ಮುಖ ನೋಡಿ) ಅವ್ವಾ ಮತ್ತ ಅಳಾಕತ್ತಿಯಾ? ಝುಗಳಾಡಿದ್ರ್ಯಾ? ಅದಕ್ಕ ನಿಮ್ಮ ಇಬ್ಬರನ್ನ ಬಿಟ್ಟ ಹೋಗೋದಿಲ್ಲ. ಇಲ್ಲಾ ಅಂದರ ಇದ ನಮುನೀ ಹಾಕ್ಯಾಡ್ತೀರಿ.

ಮಲ್ಲವ್ವ - ಆ ಕನ್ನಡಿ ಬಿಡ ಮೊದಲ, ಮೂರುಚಂಜಿ ಆಗೇತಿ. ಎಲ್ಲೀ ತಿರಗಲಿಕ್ಕೆ ಹೋಗಿದ್ದಿ ಇಷ್ಟೋತ್ತನಕಾ? ನಿನ್ನ ಹುಡಕಾಕ ಅಂತ ಒಂದ ಆಳು ಇಡಬೇಕಿನ್ನ.

ಲಕ್ಕವ್ವ- ಶಾಂತವ್ವನ ಚಾ ಅಂಗಡ್ಯಾಗ ನಿಂತಿದ್ದೆ. ಅಕೀಗೆ ಮೈ ಕಾದಿದ್ದು. ಅಂಗಡಿ ಕದಾ ಮುಚ್ಯಾಕತ್ತಿದ್ಲು. ಯದಕ್ಕ ಮುಚ್ಚತೀ ತಗಿ ಅಂತ... ನಾನು ಒಪ್ಪತ್ತ ನಿಂತ, ಐವತ್ತ ರೂಪಾಯಿದ್ದ ಚುಮ್ಮರಿ ಭಜಿ ಮಾರಿ ಬಂದೆ. ನಿನಗ ಶೇರತಾವ ಅಂತ ಪುಡಕಿ

ಚುಮ್ಮರಿ-ಭಜಿ ಕಟ್ಟಿಸಿಕೊಂಡ ಬಂದೆ. ತಗೋ ಬೇ ಭಡಾನ ತಿನ್ನು, ಅಪ್ಪಾ, ನೀನೂ ತಿಂತಿಯಾ?

ಮಲ್ಲವ್ವ- ಎಷ್ಟ ಜೀವ ಅದೀಯ ನನ್ನ ಮ್ಯಾಕ! ನಿನ್ನ ಬಿಟ್ಟ ಹೆಂಗ ಇರತೇನೋ ಯಾರಿಗೆ ಗೊತ್ತು? (ಕಣ್ಣಲ್ಲಿ ನೀರು)

ಲಕ್ಕವ್ವ - ನಾ ಇನ್ನು ಹೋಗಾಕ ಟ್ಯಾಮ ಐತಿ ತಗೋ.

ಬಸಪ್ಪ- ಲಕ್ಕವ್ವನ್ನ ಕಳಸೋ ಮುಂದ ಅಳುವಂತೀ ಈಗ ಸುಮ್ಮ ಆಗು.

ಮಲ್ಲವ್ವ- (ಕೆಮ್ಮುತ್ತಾ) ಒಂದ ವಾಟಿ ನೀರು ತಾ. ತಿಂಗಳ ಹೊತ್ತ ಆತು ಕೆಮ್ಮು ಬಿಡವಾಲ್ಲು. ಅತ್ತs, ಈ ಬುಟ್ಟಿ ಅಡಿಗಿ ಕ್ಯಾಣ್ಯಾಗ ಇಡು.

ಲಕ್ಕವ್ವ- ಅಪ್ಪಾ ಚುಟ್ಟಾ ಸೇದತಾನ ಅಂತ ಕೆಮ್ಮು ಬರತೇತಿ. ಆದರ ನೀ ಯಾಕ ಕೆಮ್ಮಾಕತ್ತೀ?

ಮಲ್ಲವ್ವ- ನೀರ ತಾ ಮೊದಲ. ಮುಂದ ಮಾತಾಡಾಕೆ...

ಬಸಪ್ಪ - (ನಗುತ್ತಾ) ನನ್ನ ಕಣ್ಣಮರೀ ಚುಟ್ಟಾ ಸೇದತಾಳ ಕಾಣತೇತಿ...

ಮಲ್ಲವ್ವ - ಏ ನಿನ್ನ ಹೆಂಡತಿ ಹೆಣ್ಣ ಹಡೀಲಿ!... ನಾ ಇಲ್ಲೇ ಕೆಮ್ಮಿ ಕೆಮ್ಮಿ ಸಾಯಾಕ ಹತ್ಯೇನೀ, ಇವಂಗ ನಗಚಾಟಗಿ ಹತ್ತೇತಿ.

ಬಸಪ್ಪ - ಈಗ ಒಬ್ಬಾಕಿ ಹೆಣ್ಣ ಮಗಳ ಅದಾಳ. ಗಂಡ ಮಗ ಬೇಕು ಅನ್ನು! ನಾ ತಯ್ಯಾರ ಅದೇನಿ. ಲಕ್ಕವ್ವಗ ತಮ್ಮ ಬ್ಯಾಡೇನು?

ಮಲ್ಲವ್ವ - ಗೋರಿಗೆ ಹೊಗಾಕ ಬಂದೇನಿ. ಇನ್ನೇನ ಹಡಿತೇನಿ ತ್ಯಲಿ (ಕೆಮ್ಮುತ್ತಾ) ಹಿಂಗ ಕೆಮ್ಮ ಹತ್ತಿದರ ಹ್ಯಾರೆಕ್ಕ ಹೆಂಗ ಹೋಗ್ಲಿ? ಕಡ್ಡಿ ಹಸನಾದರ ಮುಂದಿನ ಬೇಸ್ತಾರಾ ಮಾರಾಕ ಅಕ್ಕೇತಿ.

ಲಕ್ಕವ್ವ - (ನಾಟಕ ಮಾಡುತ್ತ)

ಅಮ್ಮಾ ಏ ಅಮ್ಮಾ ನೀರು ತಗೋ... ನಿನ್ನ ಬದಲಿ ನಾನss ಕೆಲಸಕ್ಕ ಹೋಗತೇನಿ ನೀ ಆರಾಮ ತೊಗೊ.

ಮಲ್ಲವ್ವ - ಅಮ್ಮ? ನೆಟ್ಟಗ ಅವ್ವ ಅನ್ನು! ಹಾರೋರ್ ಹುಡುಗುರ ಕೂಟ ಕೂಡಿ... ಅವರ ಹಂಗ ಮಾತಾಡ್ತಿ ಏನ್ ಲೇ?

ಬಸಪ್ಪ - ಸಾಲಿಗೆ ಹೋಗಿ ನಾಕ ಅಕ್ಷರ ಕಲೀತಿ ಅಂದರ ಸಾಲಿ ನಿನ್ನ ತ್ಯಲಿಗೆ ಹತ್ತಲಿಲ್ಲ. ನಡೀ... ನಿಮ್ಮ ಅವ್ವನ ಬದಲಿ, ಹ್ಯಾರೆ ಮಾಡ ನಡೀ...

ಲಕ್ಕವ್ವ - ಸಾಲಿಗೆ ಯಾರ ಹೋಗತಾರ ಬಿಡಪಾ. ನಿಂಗವ್ವತ್ತಿ ನಾಳೆ ಹ್ಯಾರೆಕ್ಕ ಬಾ ಅಂದಾಳು. ಸಣ್ಣ ಅಪನಾರ ಬಂದಾರಂತ, ಅವರ ಕ್ವಾಣೆದು ಧೂಳಾ ಝೂಡಸಬೇಕಂತ.

ಮಲ್ಲವ್ವ- ಸಣ್ಣಅಪನಾರ ಊರಿಂದ ಬಂದಾರಾ?

ಬಸಪ್ಪ- ಹೂಂ... ಬಂದಾರ ಅಂತ ಭೀಮ್ಯಾ ಹೇಳಾಕತ್ತಿದ್ದ. ಮದುವಿ ಹತ್ತರ ಬಂತಲಾ ಮತ್ತSS!

ಮಲ್ಲವ್ವ- ಹೌದಾ? ಅವರು ಬ್ಯಾನಿ ಬಿದ್ದಿದ್ದರು ಅಂತಲಾ? ಆರಾಮ ಅಗ್ಯಾರಾ ಈಗ?

ಬಸಪ್ಪ - ಇನ್ನೂ ಎಲ್ಲೆ? ಗೌಡ್ರ ಅಪ್ಪನಾರಿಗೆ ಅದSS ಚಿಂತಿ.

ಮಲ್ಲವ್ವ - ಅವನಾರು, ಅಪನಾರು ದ್ಯಾವರ ಹಂತಾವರು. ಯಾವ ಜನ್ಮದ ಕರ್ಮ ನೋಡು.

ಲಕ್ಕವ್ವ - ಏನಾಗೇತಿ ಸಣ್ಣ ಅಪ್ಪಾರಿಗೆ? ನಾ ಅವರನ್ನ ಒಟ್ಟS ನೋಡೆ ಇಲ್ಲಲ್ಲಾ?

ಬಸಪ್ಪ - ಗೌಡ್ರ ಮನಿ ಪಡಸಾಲ್ಯಾಗ ಸಣ್ಣ ಅಪನಾರ ಫೋಟೋ ಐತ್ಯಲಾ... ಅವರ ಮನಿಗೆ ಹೋದಾಗ ನೋಡಿಲ್ಲೇನ ಲೇ?

ಲಕ್ಕವ್ವ- ಯಪ್ಪಾ... ಚಡ್ಡಿ ಮ್ಯಾಲೆ ಐತ್ಯಲಾ ಆ ಫೋಟೋ ನಾ? ಅದರಾಗ ಅವರು ಸಣ್ಣ ಕೂಸ ಅದಾರು (ನಗುತ್ತ).

ಬಸಪ್ಪ- ಶಹರಕ್ಕ ಕಲ್ಯಾಕ ಅಂತ ಹೋಗಿ ಭಾಳ ವರ್ಸ ಆತು. ನೋಡಾಕ ಗೌಡ್ರ ಅಪನಾರ್ ಹಂಗS ಕಾಣತಾರ ಅಂತ, ಭೀಮ್ಯಾ ಅನ್ನಾಕತ್ತಿದ್ದಾ.

ಮಲ್ಲವ್ವ- ಗೌಡ್ರ ಅವನಾರಿಗೆ ಒಂದು ಹೆಣ್ಣಮಗಳೂ ಇದ್ದರ ಇನ್ನಾ ಭೇಷ್ ಆಗತಿತ್ತು ನೋಡು.

ಬಸಪ್ಪ- ಅವನಾರ ನಮ್ಮ ಲಕ್ಕಿ ಮ್ಯಾಗ ಗನಾ ಜೀವ ಅದಾರ. ಹೋದ ವಾರಾ ಕಟಗಿ ಇಳಸಾಕ ಹೋದಾಗ, ಲಕ್ಕವ್ವನ್ನ ಕೇಳಾಕುಂತಿದ್ದರು. ಕರಕೊಂಡು ಹೋಗಿ ಜಾತ್ರಿ ಮಾಡಸು ಅಂತ ರೊಕ್ಕನೂ ಕೂಟ್ಟಾರು.

ಲಕ್ಕವ್ವ - ಹಾಂ? ರೊಕ್ಕಾ ಕೊಟ್ಟಾರಾ? ಮತ್ತ ನನಗ ಕೊಟ್ಟೇ ಇಲ್ಲನೀನ?

ಬಸಪ್ಪ - ತಗೋ ನಿನ್ನ ರೋಕ್ಕಾ; ನಾ ಏನ್ ಓಡಿ ಹೊಕ್ಕೇನೆನ?

ಲಕ್ಕವ್ವ - ನಾ ನನ್ನ ಗಡಗ್ಯಾಗ ಹಾಕಿ ಇಡತೇನಿ. ನನಗ ಗೊಂಬಿ ತಗೋಳದ ಐತಿ. ನಾಳೆ ಅಪ್ಪನ ಕೂಟ ನಾ ಹ್ವಾರೆಕ್ಕ ಹೊಕ್ಕೇನಿ. ಯಪ್ಪ ನಸುಕನ್ಯಾಕ ದೌಡನ ಎಬ್ಬಸು. ಮರೀಬ್ಯಾಡಾ ಮತ್ತss .

ಮಲ್ಲವ್ವ - ಸಣ್ಣ ಅಪನಾರ ಕ್ವಾಣ್ಯಾಗ ತುಟ್ಟಿ ಸಾಮಾನ ಅದಾವ, ಯಕಡರೇ ನೋಡ್ಕೋತ ಒಡದ ಗಿಡದಿ...

ಲಕ್ಕವ್ವ - ಇಲ್ಲ ತಗೋ ಬೇ. ನಿಂಗವ್ವತ್ತಿ ಹೇಳಿದ ಹಂಗ ಮಾಡ್ತೇನಿ.

ಮಲ್ಲವ್ವ - ನಡೀ, ಚುಮ್ಮರಿ-ಭಜಿ ತಿಂದ, ದೇವರ ಹಂಗ ಹಾಸಿಗ್ಯಾಗ ಬೀಳು.

ಬಸಪ್ಪ- ಮಲ್ಲಿಗಿ, ನಡೀ ಒಂದೀಟ್ ಚಾ-ಚುಮ್ಮರಿ ಕೊಡ ನಡಿ. ಹೊಟ್ಟಿ ಹಸದಾವು...

(ಮಲ್ಲವ್ವ ಬಸಪ್ಪ ಒಳಗಡೆ ಹೋಗುತ್ತಾರೆ, ಲಕ್ಕವ್ವ ದುಡ್ಡು ಕೂಡಿ ಇಡುವ ಗಡಿಗೆಯನ್ನು ಕೈಯಲ್ಲಿ ಹಿಡಿದು)

ಲಕ್ಕವ್ವ - ಏ ಗಡಿಗ್ಯಕ್ಕ. ಯವ್ವss ಇಕಿ ಮಾರಿ ನೋಡ ಯವ್ವ, ಹನುಮಪ್ಪನ ಮಾರಿ ಆಗೇತಿ. ಇವತ್ತಿಂದ ನಿನ್ನ ಹೆಸರು ಹನುಮವ್ವ. ಗೊತ್ತಾತಾ? ಹನುಮವ್ವ ಹನುಮವ್ವ ಕುಟರ್ ಕುರ್ ಕುರ್. ನಾಳೆ ಹ್ವಾರೆಕ್ಕ ಹೋಕ್ಕೆನಲ್ಲ, ಗೌಡ್ರು ಅಪ್ಪನಾರ ಕೊಟ್ಟಿದ್ದ ರೊಕ್ಕಾ ನಿನ್ನ ಬಾಯಾಗ ಹಾಕ್ಕೇನಿ ನೀ ನುಂಗಿ ತಣ್ಣಾಗ ಕುಂಡರು. ಎಷ್ಟ ರೊಕ್ಕಾ ಕೊಡತಾರು? ತಡಿಯಾ ಅಪ್ಪನ್ನ ಕೇಳೋನು.

ಯಪ್ಪಾ ಏ ಯಪ್ಪಾ... ನಾ ಹ್ವಾರೆ ಮಾಡಿದ್ದಕ್ಕ, ಎಷ್ಟ ಪಗಾರ ಕೊಡತಾರು? ಯಪ್ಪಾ...ಕೇಳಸಾಕತ್ತೇತಿ ಏನು? ನಮ್ಮ ಅಪ್ಪನ ಕಿವಿನೋ ಪರಟಿ ತೂತೋ? ಯಾಂಬಲ್ಲ!

ಬಸಪ್ಪ - ಏನ್ ಬೇ ? ಚಾ ಕುಡ್ಯಾಕತ್ತೀನಿ. ದಮ್ಮ ಹಿಡಿ ಒಂದಿಟ. ಮೂವತ್ತ ರೂಪಾಯಿ ಕೊಡತಾರ ನೋಡು.

ಲಕ್ಕವ್ವ - ಮೂವತ್ತ? (ಬಟ್ಟು ಎಣಿಸುತ್ತಾ) ಹಂಗ ಅಂದರss... ಅದರಾಗ ಅವ್ವಗ ಹತ್ತುರೂಪಾಯಿ, ಅಪ್ಪಗ ಐದು ಮತ್ತ ಹತ್ತ ನಿನ್ನ ಬಾಯಿಗೆ ಹಾಕತೇನಿ. ಏ ಹನುಮಿ, ನಿನಗ ಹೇಳಾಕತ್ತೇನಿ, ಮುಖಾ ಯಾಕ ಉಬ್ಬೇತಿ ಹಾಂ? ಉಳದದ್ದ ಐದು ರೂಪಾಯಿ ಏನ ಮಾಡ್ತೀ ಅಂತಿ ಏನು? ಎರಡ ರೂಪಾಯಿದ್ದ ಅಮಸೊಲು, ಬಾಯಿಕೆಂಪ ಮತ್ತ ಕೇರ್ ಹಣ್ಣ ತಗೋತಿನಿ ರೇಣವ್ವನ ಹತ್ತರ. ಒಂದ ರೂಪಾಯಿ, ಮೂಕಪ್ಪಗ ಕೋಡತೇನಿ. ಪಾssssಪ ಅವಂಗ ತಿನ್ನಾಕ ಏನೂ ಇಲ್ಲ. ಇನ್ನ ಎರಡ ರೂಪಾಯಿ ದುರ್ಗವ್ವನ ಹುಂಡ್ಯಾಗ ಹಾಕ್ಕೇನಿ. ಅಕೀ ನಂಗ ಛಲೋ ಹಿರ್ಯಾನ ಜೋಡಿಸಿ

ಕೋಡತಾಳು. (ಗಡಿಗೆಯನ್ನು ಪಕ್ಕದಲ್ಲಿಟ್ಟು) ಹನುಮಿ ನೀ ಇನ್ನ ಮಕ್ಕೋ.

ಮಲ್ಲವ್ವ - (ಧ್ವನಿ) ದೌಡನ ಬೀಳತಿ ಏನ ಇನ್ನ. ಏನ ಒಟಾ ಒಟಾ ಹಚ್ಚಿ?

ಲಕ್ಕವ್ವ - (ಹಾಸಿಗೆ ಹಾಸುತ್ತ) ಯವ್ವ ಬೇ, ನನ್ನ ಕೂಟ ಮಕ್ಕೋ ಬಾ ಬೇ. ನಂಗ ರಾತನ್ಯಾಗ ಕನಸ ಬಿಳತೇತಿ. ಹೆದರಿಕಿ ಆಕ್ಕೇತಿ. ಅವ್ವಾ ನನ್ನ ಹತ್ತರಕ ಬಾ... ಅವ್ವಾ...

ಮಲ್ಲವ್ವ - ಯದರ ಕನಸ ಬಿಳತೇತಿ ಲೇ ನಿಂಗ? ಭಂಡಾರ ತಂದ ಹಚ್ಚತೇನಿ. ಯಾತರ ಹೆದರಿಕಿ ಲಕ್ಕಿ ನಿಂಗ? ಹಂತಾದ ಏನು ಕನಸ ಬೀಳತೇತಿ?

ಲಕ್ಕವ್ವ - (ಸುಮ್ಮನಾಗಿ ಮುಖ ಕೆಳಗೆ ಮಾಡುತ್ತಾಳೆ)

ಮಲ್ಲವ್ವ - ಇಡೀ ದಿವಸ, ಅಲ್ಲೇ-ಇಲ್ಲೆ ಹುಣಚಿಮರದ ಕಡೆ ತಿರಗತಿ. ಅದಕ್ಕ ಕೆಟ್ಟ ಕೆಟ್ಟ ಕನಸ ಬೀಳತಾವ.

ಲಕ್ಕವ್ವ - ಕೇಳ ಬೇ ಮೊದಲss...ಅದು ಕೆಟ್ಟ ಕನಸ ಅಲ್ಲ!

ಮಲ್ಲವ್ವ- ಮತ್ತ? ಹೆದರತಿ ಯಾಕ ಲೇ?

ಲಕ್ಕವ್ವ - ಗೊತ್ತಿಲ್ಲ! ಕನಸನ್ಯಾಗ ನೀ ಇರತಿ, ಅಪ್ಪ ಇರತಾನ, ನೀನು ಕೆಂಪ ಶೀರಿ ಉಟ್ಟಿರತಿ. ನಾನು ಹಸಿರ ಶೀರಿ ಉಟ್ಟಿರತೇನಿ, ಅಪ್ಪ ಬಿಳಿ ಅಂಗಿ ಧೋತರಾ. ಎಲ್ಲಾ ಕಡೆ ಕಲಾಬಲಾ ಗದ್ದಲ.

ನಿಂಗವತ್ತಿ, ಭೀಮಪ್ಪ ಮಾವ, ರೇಣವ್ವಕ್ಕ, ಪಾರವ್ವಕ್ಕ ಮುತ್ತವ್ವ, ಗೌಡ್ರ ಅಪನಾರ, ಅವನಾರ, ಎಲ್ಲಾರೂ ಇರ್ತಾರ. ಎಲ್ಲಾರ ಮಾರಿ ಕಾಣತೇತಿ... ಆದರss...

ಮಲ್ಲವ್ವ- ಆದರss... ಮುಂದss?

ಲಕ್ಕವ್ವ- ಅವ್ವಾ... ನನಗ ನನ್ನ ಹಿರ್ಯಾನ ಮಾರಿನss ಕಾಣಾಂಗಿಲ್ಲ ಬೇ. ನೋಡಾಕ ಒದ್ದಾಡತೇನಿ. ಕಾಲ ಎತ್ತರಸಿದರುನೂ ಕಾಣಾಂಗಿಲ್ಲ. ಜಿಗದ ನೋಡಿದರೂನೂ ಕಾಣಾಂಗಿಲ್ಲ. ಅಂವಾ ಕಾಣಾಂಗೇ ಇಲ್ಲಾ. ಎಲ್ಲಾರ ಹತ್ತರ ಮಾತಾಡತಾನ. ಆದರ ನನ್ನ ಜೋಡಿ ಒಟ್ಟ ಮಾತಾಡಾಗಿಂಲ್ಲ. ನಂಗ ಅಳಾಕ್ಕನ ಬರತೇತಿ. ಅದಕ್ಕss ಎಚ್ಚರ ಆಕ್ಕೇತಿ.

ಮಲ್ಲವ್ವ - ಅಯ್ಯ ನನ್ನ ಕೂಸ. ನೋಡಲ್ಲದ್ದ ಮಾರಿ ಹೆಂಗ ಕಾಣಬೇಕ? ಗುಡ್ಡದ ಎಲ್ಲವ್ವ ಎಲ್ಲಾ ಛಲೋ ಮಾಡತಾಳ. ನಿಮ್ಮಪ್ಪ ನಿನಗ ರಾಜಕುಮಾರನ ಹಂತಾ ಹುಡುಗನ್ನ ಹುಡುಕಿ ತರತಾನ ಅಂತ. ಸುಮ್ಮ ಮಕ್ಕೋ...

ಲಕ್ಕವ್ವ - ಅವ್ವ ಅಂವಾ ಹೆಂಗ ಇರತಾನ? ನನಗ ಮದುವಿ ಮಾಡ್ಕೋಳಾಕ ಗನಾ ಶೇರತ್ತೈತಿ. ಹೊಸ ಸರ, ಹೊಸ ಜರ್ತಾರಿ ಶೀರಿ, ಕೈಗೆ ಮದರಂಗೀ, ತಲಿತುಂಬ ಹೂವಾ... ಅವ್ವಾ... ನನಗ ಮೈ ಝುಂ ಅಂತೈತಿ.

ಮಲ್ಲವ್ವ - ನಾ ಒಲ್ಲೆವಾ ಈ ಹುಡಗಿನ್ನ... ಅಷ್ಟು ಯಾಕ ಸೇರತ್ತೈತಿ ಮದುವಿ ನಿನಗ?

ಲಕ್ಕವ್ವ - ನಂಗೊತ್ತಿಲ್ಲಾ. ನೀ ಯಾಕ ಅಪ್ಪನ್ನ ಮದುವಿ ಆದಿ? ಅದನ್ನ ಹೇಳ ಮೊದಲ... (ಆಕಳಿಸಿ) ನಂಗ ನಿದ್ದಿ ಬಂದಾವ. ನೀ ಇಲ್ಲೇ ಮಕ್ಕೋರಾss ಮತ್ತ. ನನ್ನ ಬಿಟ್ಟ ಅಪ್ಪನ ಹತ್ತಿರ ಹೋಗಬ್ಯಾಡಾ. ದಿನಾ ಇಲ್ಲೆ ಮಕ್ಕೊಂಡಿರತಿ, ನಸಕನ್ಯಾಗ ನೊಡಿದರ ಅಪ್ಪನ ಕ್ವಾಣ್ಯಾಗ ಇರತಿ. ಹೋಗ ಬೇ...

ಮಲ್ಲವ್ವ - ಸುಮ್ಮ ಬೀಳತಿಯ ಇನ್ನ... ಎರಡ ಬಿಗಿಲ್ಯಾ??

ಲಕ್ಕವ್ವ - ಯವ್ವ ಹಾಡ ಹಾಡ ಬೇ... ಅಂದರ ದೌಡನ ನಿದ್ದಿ ಹತ್ತೇತಿ.

ಮಲ್ಲವ್ವ - ಹತ್ತರ ಮ್ಯಾಲೆ ಐದು ವರಸದ್ದ ಧಡವಿ ಆದಿ, ಇನ್ನೂ ಮಟಾ ಹಾಡ ಕೇಳಿ ಮಲಗ್ತಿಯಲ್ಲಲೇ?

ಲಕ್ಕವ್ವ - ಹಾಡ ಬೇ... ಇಲ್ಲಾ ಅಳತೇನಿ ನೋಡು.

ಮಲ್ಲವ್ವ - ಅಯ್ಯ ಹುಡುಗಿ! ಆತು ಕೇಳು.

ಅತ್ತರ ಅಳಲೆವ್ವ ಈ ಕೂಸು ನನಗಿರಲಿ
ಕೆಟ್ಟssರ ಕೆಡಲಿ ಮನೆಗೆಲಸ
ಕೆಟ್ಟssರ ಕೆಡಲಿ ಮನೆಗೆಲಸ ಕಂದವ್ವ
ಮಕ್ಕಳಿರಲೆವ್ವ ಮನೆತುಂಬ

ಲಕ್ಕವ್ವ - ಅದಕ್ಕ ನಸುಕನ್ಯಾಗ ಅಪ್ಪನಕೊಣ್ಯಾಗ ಏಳ್ತೀ ಏನ ನೀ? (ಜೋರಾಗಿ ನಗುತ್ತ).

ಮಲ್ಲವ್ವ - ಮಕ್ಕೋತಿ ಏನ ಇನ್ನ ಸುಮ್ಕ

ಓಡೋಡಿ ಬಂದಾನ ಗೋಡಿಗೆ ನಿಂತಾನ
ಬೇಡ್ಯಾನ ಬೆಲ್ಲ -ಬ್ಯಾಳೀಯ
ಬೇಡ್ಯಾನ ಬೆಲ್ಲ -ಬ್ಯಾಳೀಯ ನನ ಕಂದ
ಮಾಡ್ಯಾನ ಗೊಂಬಿ ಮದುವೀಯ

ಲಕ್ಕವ್ವ - ನನ್ನ ಮ್ಯಾಲೆ ಒಂದ ಹಾಡ ಬೇ

ಮಲ್ಲವ್ವ - ನಿನ್ನ ಮ್ಯಾಲೇ? ಕೇಳು

ಹಾದಿ-ಹಂದಿರ ಚಂದ
ಬೀದಿ ತೋರಣ ಚಂದ
ಮದುಮಗಳು ಚಂದ ನನ ಕಂದ
ನನ ಕಂದನ ಆಗಾಂವ
ಅಳಿಯ ಮನೆತೊಳೆಯ ಬಲುಚಂದ (ಜೋರಾಗಿ ನಗುತ್ತ)

ಲಕ್ಕವ - ಯವ್ವಾ... ಅಂವಂಗ್ಯಾಕ ಅಂತೀ... ಅಂವಂಗೇನ್ ಅನಬ್ಯಾಡನೋಡ ಮತ್ತ...

ಮಲ್ಲವ್ವ- ತಗೋ ಅವನ ಮ್ಯಾಲೆ ಒಂದ ಗಜ್ಜ ಹಾಡೇ ಬಿಡತೆನೀ!

ತ್ಯಲಿಮ್ಯಾಲೆ ಪಟಗಾ... ಬಿಳಿ ಅಂಗಿ ಧೋತರಾ
ಕೈಯ್ಯಾಗ ವಾಚು ಹಾಕ್ಯಾನ
ಕಯ್ಯಾಗ ವಾಚು ಹಾಕ್ಯಾನ ನನ್ನ ಅಳಿಯ
ಮಗಳ ಕದಕೊಂಡು ಹೋಗ್ಯಾನ

ಹೋಗ ನಾಯಿ... ನಮ್ಮ ಲಕ್ಕವ್ವ ಮಲಗಾಕತ್ತಾಳ

(ಇಬ್ಬರು ನಗುತ್ತಾ ಮಲಗುತ್ತಾರೆ. ತೆರೆಯ ಮೇಲೆ ಕತ್ತಲು).

(ತೆರೆಯ ಮೇಲೆ ಬೆಳಕು. ಆಡಿಸಿ ನೋಡು, ಬೀಳಿಸಿ ನೋಡು, ಉರುಳಿ ಹೋಗದು... ರೇಡಿಯೊದಲ್ಲಿ ಹಾಡುಕೇಳುತ್ತಿದೆ. ಲಕ್ಕವ್ವ,ಬಸಪ್ಪನ ಕೈ ಗೆ ಪಟ್ಟಿ ಕಟ್ಟುತಿದ್ದಾಳೆ, ಮಲ್ಲವ್ವ ಒಳಗಡೆ ಮಲಗಿರುತ್ತಾಳೆ. ಹಿಂದಿನಿಂದ ಆಕಳ ಧ್ವನಿ, ಕಟ್ಟಿಗೆ ಒಡಯುವ ಶಬ್ದ. ಎಲ್ಲೋ ಹಿಂದೆ ಸೋಬಾನೆ ಪದ ಕೇಳುತ್ತಿದೆ)

ಭೀಮ - ಬಸಪ್ಪಾ, ಏ ಬಸಪ್ಪಾ... ಅದಿ ಏನ ಪಾ ಮನ್ಯಾಗ? ಆವಾಗಿಂದ ಹುಡಕಾಕತ್ತೇನಿ. ಏ ಈ ಹಾಡು ರಾಜಕುಮಾರಂದ ಅಲ್ಲ? ಅದss... ಗೊಂಬಿ ಇರತೇತಿ...??

ಬಸಪ್ಪ- ಹೌದು, ಬರೋಬ್ಬರಿ ಹೇಳಿದಿ ನೋಡು. ನಮ್ಮ ಲಕ್ಕವ್ವ ರೇಡಿಯೋದಾಗಿನ್ನು ಹಾಡ ಕೇಳಾಕ ಗನಾ ಮೆಚ್ಚ್ಯಾಳ.

ಭೀಮ - ಕೇಳಿದರ ಕೇಳವಾಳ್ಯಾಕ ಬಿಡು. ಅದರಾಗ ಏನ್ ಐತಿ. ಕೈ ಗೆ ಏನ ಆತೋ? ಗನಾ ಉಬ್ಬೇತ್ಯಲ?

ಬಸಪ್ಪ - ಅದನ್ನೇನು ಕೇಳ್ತೀ ಬಿಡಪಾ ಭೀಮಪ್ಪ. ಕಟಗಿ ಕಡಿಯುವ ಹೊತ್ತಿಗೆ, ಗನ್ ಸಡಲಾಗಿ, ಸೀದಾ ಬಂದ ಕೈ ಮ್ಯಾಲೆ ಬಿತ್ತು. ಕೈ ಹೋತss ಅನ್ಕೊಂಡೆ. ಒಂದ ಇಟ ಪೆಟ್ಟ ಆತು. ಅದಕ್ಕs ಲಕ್ಕವ್ವ ಪಟ್ಟಿ ಕಟ್ಟಾಕತ್ತಾಳ.

ಭೀಮ - ಹೂಂ... ಇದನ್ನ ತೊಗೊ. ಮಲ್ಲವ್ವ ಬ್ಯಾನಿ ಬಿದ್ದಾಳ ಅಂತ ಗೌಡ್ರು ಅವನಾರ ಮದ್ದ ಕಳಸ್ಯಾರ. ಮತ್ತ, ಅಪನಾರ ನಿನ್ನ ಮನಿಕಡೆ ಬರಾಕ ಹೇಳ್ಯಾರು ನೋಡು.

ಬಸಪ್ಪ - ಗೌಡ್ರು ಕರಿಯಾಕತ್ತಾರಾ? ಹ್ವಾದ ವಾರ ಹೋಗಿ ಬಂದಿದ್ನಿ... ಮತ್ತ್ಯಾಕ ಕರಯಾಕತ್ತಾರು? ಬಂದ್ನಿ ತಡಿ... ಅಂಗಿ ಹಾಕೊಂಡ ಬರತೇನಿ.

ಭೀಮ - ಲಕ್ಕವ್ವ ನೀನು ಬರ್ತಿಯೇನು? ನಿಂಗವ್ವ ಕರಕೊಂಡ ಬಾ ಅಂದಾಳ.

ಲಕ್ಕವ್ವ - ಆ ಕಡೆನs ಬರಾಕಿದ್ದೆ. ಅಷ್ಟರಾಗ ಇಷ್ಟು ಧಾಂದಲೆ ಮಾಡಕೊಂಡಾನ ನಮ್ಮಪ್ಪ.

ಬಸಪ್ಪ - ಯಾಕ ಕರಿಯಾಕತ್ತಾರು? ನಾ ಏನ ಮಾಡಿದ್ನಿ? ಎದಿ ಡಬಾ ಡಬಾ ಹೊಡ್ಕೊಳಾಕತ್ತೇತಿ ಅಲ್ಲೋ ಯಪ್ಪಾ.

ಭೀಮ - ಯಾಕ ಹೆದರತಿ ಬಿಡ ಲಾ. ಹಂತಾದ ಏನಿಲ್ಲ. ಸುಮ್ನ ನಡಿ ಪಾ ನೀನ.

ನಮ್ಮ ಗೌಡ್ರು ಹೆಂಗ ಅದಾರ ಅಂತ ಗೋತ್ತೈತ್ಯಲ ನಿಂಗ. ಹೊಸ ಗೋದಿ ಬಂದಾವ ಅವನ್ನ ಕೊಡಾಕ ಇಲ್ಲಾಂದರ ಕಟಿಗಿ ಲೆಕ್ಕಾ ಕೇಳಾಕ ಇರಬೇಕು.

ಬಸಪ್ಪ - ಲಕ್ಕವ್ವ... ನೀನು ನನ್ನ ಕೂಟ ನಡದsಬಿಡ. ಭೀಮಪ್ಪಅಡಕಿ ಇಟ್ಟೀ ಏನ ಪಾ? ತಾ ಒಂದಿಟ... ಎಲಿ ಐತಿ.

ಲಕ್ಕವ್ವ - ಅವ್ವಾ ನಾವು ಚಂಜಿಕ ಬರತೇವಿ. ಸುಮ್ಕ ಮಕ್ಕೊ.

(ಬಸಪ್ಪ, ಲಕ್ಕವ್ವ ಮತ್ತು ಭೀಮ ಮಾತನಾಡುತ್ತ ನಿರ್ಗಮಿಸುತ್ತಾರೆ. ತೆರೆಯ ಮೇಲೆ ಕತ್ತಲು)

ದೃಶ್ಯ ಎರಡು

(ತೆರೆಯ ಮೇಲೆ ಬೆಳಕು. ಬಸಪ್ಪ, ಭೀಮ ಎಲೆ ಅಡಿಕೆ ಜಗಿಯುತ್ತಾ ಗೌಡರ ಮನೆಗೆ ಬರುತ್ತಾರೆ. ದೊಡ್ಡ ಮನೆ. ಅಲ್ಲಇಲ್ಲಿ ಕೆಲಸ ಮಾಡುತ್ತಿರುವ ಆಳುಗಳು. ಹೆಗಲ ಮೇಲಿರುವ ಟವಲ್ ತೆಗೆದು ಕೈಯಲ್ಲಿ ಹಿಡಿದು, ಕೆಳಗಡೆ ಕುಳಿತುಕೊಳ್ಳುತ್ತಾನೆ. ಗೌಡರು ಮತ್ತು ಭಟ್ಟರು ಬರುತ್ತಾರೆ. ಗೌಡರು ಪಡಸಾಲೆಯ ಆರಾಮ ಕುರ್ಚಿಯ ಮೇಲೆ ಕುಳಿತು...)

ಶಂಕರ ಗೌಡ - ಹೇಳರೀ ಭಟ್ಟರ... ಏನೋ ಹೇಳಲಿಖತ್ತಿದ್ದರಿ.

ಗೋವಿಂದ ಭಟ್ಟರು - ಅದ... ಬರೋ ಗುರುವಾರ ಐದಾ ನವಮಿ. ಪ್ರತೀ ಸರತಿ ಹಂಗ, ಐದು ಮಂದಿ ಮುತ್ತೈದ್ಯಾರಿಗೆ ಶೀರಿ ಕೋಡೋದು. ಐದು ಮಂದಿ ಬ್ರಾಹ್ಮಣರಿಗೆ ದಂಪತ್ತ್ ಹೇಳೋದು... ಸಾಕಲಾ? ನಿಮ್ಮ ತಾಯಿಯವರು ಅರಿಶಿಣ ಕೈ ಮುಂದ ಮಾಡ್ಕೊಂಡು ಹೋದಾವರು...

ಶಂಕರ ಗೌಡ - ಅದನ್ನೆಲ್ಲಾ, ನಮ್ಮನಿವರನ್ನ ಕೇಳರೀ. ನಮ್ಮನ್ಯಾಗೆಲ್ಲ ಅವರದೇ ದರ್ಬಾರ್... (ಬಸಪ್ಪ ನಗುತ್ತಾನೆ). ಯಾಕ ನಗತೀಯೋ ಬಸಪ್ಪ?

ಗೋವಿಂದ ಭಟ್ಟರು - ಹಂಗ ಮಾಡತೇನಿ. ಮತ್ತ ಇವತ್ತ ಸಂಜೀಕ ಹುಬ್ಬಳಿಗೆ ಹೋಗಾಂವ ಇದ್ದೀನಿ. ಅತ್ತss ದಾಮೋದರ ಸಿಂದಗಿಯವರನ್ನ ಭೆಟ್ಟಿ ಆಗಿ, ಶ್ಯಾಮನ ಮದುವಿ ಮುಹೂರ್ತದ ಬಗ್ಗೆ ಮಾತಾಡಿ ಬರತ್ತೀನಿ. ದೇವರ ಇಚ್ಛಾ ಇದ್ದರ ಎಲ್ಲ ಬರೋಬ್ಬರ್ ಆಗ್ತದ.

ಶಂಕರ ಗೌಡ - ಹಂಗ ಮಾಡರಿ. ಆದಷ್ಟ ಲಗೂನ ಛಲೋ ಮುಹೂರ್ತದಾಗ ಮದುವಿ ಮಾಡೋಣು ಅಂತ ಹೇಳರಿ. ಹೀಂಗ ಅನ್ನೊದರಾಗ ಯುಗಾದಿ ಬರತದ ಅದಕ್ಕs ಗಡಿಬಿಡಿ. ಹಾಂ ಬಸಪ್ಪ. ಏನ್ ಅಂತಿ ಪಾ?

ಗೋವಿಂದ ಭಟ್ಟರು - ನಾ ನಡೀತಿನಿ ಇನ್ನ...

ಶಂಕರ ಗೌಡ - ಮತ್ತೇನ ಅಂತಿಪಾ ಬಸಪ್ಪಾ?

ಬಸಪ್ಪ - (ಎದ್ದು ನಿಂತು) ಏನ ಅನ್ನೋದ ರೀ ಅಪ್ಪಾರ. ನಿಮ್ಮ ಕೈ ನಮ್ಮ ತ್ಯಲಿಮ್ಯಾಲೆ ಇರೋ ತನಕಾ ಯಾತರ್ ಕಡಿಮಿ ರೀ ಯಪ್ಪಾ?

ಶಂಕರ ಗೌಡ - ಕೂಡು ಕೂಡು. ಏ ನಿಂಗವ್ವ, ಬಸಪ್ಪಗ ಮಜ್ಜಿಗಿ ತಂದ ಕೊಡು.

ನಿಂಗವ್ವ - ಹೂಂ... ರೀ ಅಪನಾರ, ತರತೇನ್ರೀ

ಶಂಕರ ಗೌಡ - ಬಸಪ್ಪ... ಈ ವಾರ ಎಷ್ಟ ಕಟಿಗಿ ಪ್ಯಾಟ್ಯಾಗ ಹೋದ್ವು? ಅದರ ಲೆಖ್ಖ ಇನ್ನೂ ನನಗ ಸಿಕ್ಕಿಲ್ಲಾ, ಲೆಖ್ಖ ಕೊಟ್ಟಬಿಡು. ಭೀಮ... ಗಂಗಪ್ಪನ ಕಡೆ ಹೋಗಿ, ಜೋಳದ ರೊಕ್ಕಾ ಚುಕ್ತಾ ಮಾಡಲಿಕ್ಕೆ ಹೇಳು.

ಬಸಪ್ಪ- ಈಗ ಸದ್ಯಾ ಇತ್ತರ್ನ್ ನೋಡ ಮನ್ಯಾಗ; ಹೋಗಿ ಹಿಡಿ ಅವನ್ನ!

ಭೀಮಪ್ಪ - ಆತರೀ ಅಪ್ಪಾನಾರ. ಮಂಜ್ಯಾ ಇಪ್ಪತ್ತ ಸಾವಿರ ಕೊಟ್ಟಿದ್ದು ಅವನಾರ ಹತ್ತರ ಕೋಟ್ಟೆನಿ. ನಾ ಗಂಗಪ್ಪನ ಮನಿಕಡೆ ಹೋಗಿ ಬರತೇನ್ರಿ.

ನಿಂಗವ್ವ - ಮಜ್ಜಿಗಿ ತಗೋ ಬಸಪ್ಪ. (ಬಸಪ್ಪ ಮಜ್ಜಿಗೆಯನ್ನು ತೆಗೆದುಕೊಳ್ಳುತ್ತಾನೆ)

ಶಂಕರ ಗೌಡ - ನಿನ್ನೆ ಬಂದಿದ್ದು ಕಟಿಗಿ ಹೆಂಗ ಹೊಂಟೂಪಾ ಬಸಪ್ಪಾ?

ಬಸಪ್ಪ- ಯಪ್ಪಾ ಸುಳ್ಳ ಹೇಳಿದರ ನಂಬತೀರ ಖರೇ ಹೇಳೀದರ ನಂಬತೀರss ನಿನ್ನೆ ಎಲ್ಲಾ ಗಂಟ ಕಟಿಗಿ ಅದಾವ. ತೂಕ ಅರ್ಧಕ್ಕರ್ಧಾ ಕಮ್ಮ ಆತು. ಅದರ ವಜ್ಜೆಕ್ಕ ಗನ್ ಬಿದ್ದ ಕೈಗೆ ಒಂದಿಟss ಪೆಟ್ಟ ಆತರಿ ಯಪ್ಪ. ಕೈ ಬುರುಬುರು ಉಬ್ಬೇತಿ.

ಶಂಕರ ಗೌಡ - ಕಾಳಜಿ ತೊಗೊಪಾ. ಮಷೀನ ರಿಪೇರಿ ಮಾಡಸು. ಭಾಳ ದಿನಾ ಆತು. ಏನ್ಕೇನರೇ ಆದರ ಏನು ಮಾಡೊದು? ಲಕ್ಕವ್ವ ಬಂದಾಳ ಅಲ್ಲೋ...?

ಬಸಪ್ಪ - ನಿಂಗವ್ವ ಹ್ಯಾರೆಕ್ಕ ಕರದಾಳ್ರೀ ಅದಕ್ಕ ಬಂದಾಳು.

ಶಂಕರ ಗೌಡ - ಯಾಕ ಕೆಲಸಕ್ಕ ಬರ್ಲಿಖತ್ತಾಳ? ಸಾಲಿಗೆ ಹೋಗೋದ ಬಿಟ್ಟು?

ಬಸಪ್ಪ - ಅಕಿಗಿ ಸಾಲಿ ತ್ಯಲಿಗೆ ಹತ್ತವಾಲ್ತು. ಸಾಲಿ ಬಿಟ್ಟ, ಬರೇ ಹುಡುಗುರ ಕೂಟ ಆಟಕ್ಕ ಬಿದ್ದಳು. ಮತ್ತ, ತಿಂಗಳ ಹೊತ್ತ ಆತ,

ನಮ್ಮ ಹೆಣ್ಣು ಮಕ್ಕಳು ಬ್ಯಾನಿ ಬಿದ್ದು... ಅದಕ್ಕ ಲಕ್ಕವ್ವನ್ನ ಹ್ವಾರೆಕ್ಕ ಕರಕೊಂಡು ಬಂದೇನ್ರಿ.

(ಲಕ್ಕವ್ವ ಕೆಳಗೆ ಮುಖ ಮಾಡಿ ನಿಂತಿರುತ್ತಾಳೆ)

ನಿಂಗವ್ವಾ - ಮಲ್ಲವ್ವನ ಹಂಗ ಗನಾ ಹುಶಾರ ಐತ್ರಿ ಹುಡುಗಿ. ಜಿಣ್ಣಾನ್ನು ಕೆಲಸಾ ದೌಡನ ಮಾಡತಾಳ. ಸಣ್ಣ ಅಪ್ಪಾರ ಕ್ವಾಣಿ ಹಸನ ಮಾಡಾಕ ಬಾ ಅಂದಿದ್ದೆ.

ಶಂಕರ ಗೌಡ - ಸಣ್ಣ ಹುಡುಗಿ ಕಡೆ ಯಾಕ ಕೆಲಸಾ ಮಾಡಸ್ತೀ?.... ಶ್ಯಾಮ ಎಲ್ಲಿ ಇದ್ದಾನ?

ನಿಂಗವ್ವ - ಸದ್ಯಕ್ಕ ಮ್ಯಾಗಿನ ಕ್ವಾಣಿ ಸಜ್ಜ ಆಗೇತಿ. ಸಣ್ಣ ಅಪನಾರ ಅಲ್ಲೇ ಅದಾರ. ಇವತ್ತ ಚಂಜಿಮಟಾ ಕೆಳಗಿನ ಕ್ವಾಣಿ ಕೆಲಸ ಮುಗಿತೇತಿ. ಏ ಲಕ್ಕೀ, ಬಾ ಹಿಡಿಸುಡಿ ಐತಿ ನೋಡಲ್ಲೇ, ತಗೊಂಡ ಬಾ. ಹೇಳತೇನಿ ಏನು ಮಾಡಬೇಕ ಅಂತ.

ಲಕ್ಕವ್ವ - ಹೂಂ ಅತ್ತಿ... (ಒಳಗಡೆ ಹೋಗುತ್ತಾಳೆ)

ಬಸಪ್ಪ - ಮಲ್ಲವ್ವ ಆರಾಮ ಆದ ಕೂಡಲೆ ಹ್ವಾರೆಕ್ಕ ಕರಕೊಂಡು ಬರ್ತೇನ್ರಿ. ಲಕ್ಕವ್ವಗ ನಾಳಿಂದ ಮನ್ಯಾಗ ಇರಾಕ ಹೇಳ್ತೇನ್ರಿ ಯಪ್ಪ.

ಶಂಕರ ಗೌಡ - ಸಣ್ಣ ಹುಡಿಗಿ ಪಾಪ! ಕೆಲಸಕ್ಕ ಹಚ್ಚಿದರ ಹೆಂಗ? ನಿನ್ನ ಹೆಂಡತಿ ಹೆಂಗ ಇದ್ದಾಳ ಈಗ? ಶಿವಪ್ಪನ ಔಷಧ ಅಕಿಗಿಷ್ಟು ಕಳಿಸಿದ್ನಲ್ಲ ನಮ್ಮಾಕಿ.

ಬಸಪ್ಪ - ಹೌದರೀ ಯಪ್ಪ. ದಿನಕ್ಕ ಎರಡ ಸರ್ತೇ ತೊಗೋಳಾಕ ಹೇಳ್ಯಾರ.

ಶಂಕರ ಗೌಡ - ಹೂಂ. ಶ್ಯಾಮಗೂ ಶಿವಪ್ಪನss ಔಷಧ ಕೊಡಲಿಖತ್ತಾನ. ನಿನ್ನ ಈಗ ಇಲ್ಲಿಗೆ ಬರಲಿಕ್ಕೆ ಹೇಳಿದ್ದ ಯಾಕss ಅಂದರ... ತಡಿ, ನಿಮ್ಮ ಅವನಾರನ ಕರಿತೀನಿ. ಏನss... ಏನss ಕೇಳಸ್ತೇನು? ಬಾ ಇಲ್ಲೇ.

ಶೋಭಾ - ಹಾಂ ಬಂದೆ ತಡೀರಿ... ಒಂದೇಸವನೇ ಏನು?... ಹಂ... ಬಸಪ್ಪ ಬಂದಾನಾ?

ಬಸಪ್ಪ - (ಎದ್ದು ನಿಂತು) ಹೌದ ರೀ ಅವನಾರ.

ಶೋಭಾ - ಕೂಡು ಕೂಡು ಬಸಪ್ಪ... ಲಕ್ಕವ್ವನ ಜೋಡಿನ ಮಾತಾಡಲಿಖತ್ತಿದ್ದೆ. ಭಾಳ ಛಂದ ಬೆಳಶೀರಿ ಹುಡುಗಿನ್ನ. ಎಷ್ಟು ಛಂದ ಮಾತಾಡತಾಳಂದೀ... ಅರಳು ಹುರದ ಹಂಗ!

ಬಸಪ್ಪ - ಎಲ್ಲಾ ನಿಮ್ಮ ಆಸೀರ್ವಾದರೀ ಅವನಾರ.

ಶಂಕರ ಗೌಡ - ಬಸಪ್ಪ, ನಿನ್ನ ಮುಂದ ಮುಚ್ಚಿ ಇಡುಹಂತಾದು ಏನೂ ಇಲ್ಲಾ. ಶ್ಯಾಮ ನಿನ್ನ ಕೈಯ್ಯಾಗ ಆಡಿದ್ದ ಹುಡುಗಾ. ಓದಿ, ದೊಡ್ಡ ಹುದ್ದೆಕ್ಕ ಹೋಗಿ, ನಮ್ಮ ಹಳ್ಳಿ ಉಧ್ಧಾರ ಮಾಡಲಿ ಅಂತ ವಿದೇಶಕ್ಕೂ ಕಳಿಸಿದ್ದೆ. ಆದರ, ನಮ್ಮ ನಶೀಬೋs, ಅವನ ನಶೀಬೋs ಗೊತ್ತಿಲ್ಲ. ಜಡ್ಡ ಬಿದ್ದಾ. ಭಾಳ ನಿತ್ರಾಣ ಆಗ್ಯಾನ. ಎಷ್ಟ ಧೊಡ್ಡ ಡಾಕ್ಟರಗೆ ತೋರಸಿದರೂ, ಏನು ಉಪಯೋಗ ಆಗವಾಲ್ತು. ಕಡಿಕ, ಶಿವಪ್ಪನ ನಾಟಿ ಔಷಧಕ್ಕ ಆರಾಮ

ಆಗಲಿಖತ್ತಾನ. ಮತ್ತ ಅವಂಗ ಮೊದಲಿನ ಹಂಗ ಮೈಯಾಗ ಶಕ್ತಿ ಬರಲಿಕ್ಕೆ, ನಿನ್ನ ಹತ್ತರ ದಿನಾ ಕೈ-ಕಾಲಗೆ ಎಣ್ಣಿ ಹಚ್ಚಿಸರಿ ಅಂತ ಶಿವಪ್ಪ ಹೇಳ್ಯಾನ.

ಬಸಪ್ಪ- ಬಿಡ್ರಿ ಯಪ್ಪ, ಯಾಕ ಕಾಳಜಿ ಮಾಡ್ತೀರಿ? ನಸಕನ್ಯಾಗ ಬಂದ ಎಣ್ಣಿ ಹಚ್ಚಿ ಕಾಲ ತಿಕ್ಕತೇನಿ, ಮುಂದಿನ ಇರಭದ್ರನ ಜಾತ್ರಿ ಅಟ್ಟೋತಿಗೆ ತೇರ ಎಳ್ಯಾಕ ಗಟ್ಟಿ ಆಕ್ಕಾರ ತಗೀರಿ. ಯದಕ್ಕ ಚಿಂತಿ ಮಾಡತೀರಿ. ನಿಮ್ಮ ಹಂಗ ಊರ ಆಳತಾರ ಬಿಡ್ರಿ ಸಣ್ಣ ಅಪನಾರು!

ಶೋಭಾ - ನೀ ಹೇಳಿದ ಹಂಗ ಆದರ ಆ ವೀರಭದ್ರಗ ಹೋಳಿಗಿ ನೈವಿದ್ಯಾ ಮಾಡಿಸಿ, ಊರಿಗೇ ಊಟಕ್ಕ ಹಾಕಸ್ತೀನಿ. ಮದುವಿ ಹತ್ತರ ಬಂತು. ಅಷ್ಟರಾಗ, ಅಂವಾ ಆರಾಮ ಆದರ ಸಾಕಾಗೇದ.

ಶಂಕರ ಗೌಡ - ಅದನ್ನ ಹೇಳಲಿಕ್ಕೆ ಕರದಿದ್ದೆ. ನಿನ್ನ ಕೈಗುಣದಿಂದ ಶ್ಯಾಮ ನಾಕ ಮಂದ್ಯಾಗ ಓಡ್ಯಾಡಕೊಂಡು ಇದ್ದರ ಸಾಕು.

ನಿಂಗವ್ವ - ಅಪ್ಪಾರ... ಬೀಗರು ಬರಾಕತ್ತಾರಿ.

ಶಂಕರ ಗೌಡ- ಓಹೋ ಬರಬೇಕು ಬರಬೇಕು... ಬೀಗರು. ನೂರು ವರ್ಷ ಆಯುಷ್ಯ ನಿಮಗ. ಈಗ ಸ್ವಲ್ಪ ಹೊತ್ತು ಮೊದಲ ನಿಮ್ಮ ಬಗ್ಗೆನs ಮಾತಾಡಲಿಖತ್ತಿದ್ವಿ. ಹೇಳಿ ಕಳಸಿದ್ದರ ಬಸಪ್ಪನ ಕಳಸ್ತಿದ್ದೆ ಕರಿಲಿಕ್ಕೆ.

(ಬಸಪ್ಪ, ನಿಂಗವ್ವ ಒಳಗಡೆ ಹೋಗುತ್ತಿರುತ್ತಾರೆ, ಶಂಕರ ಗೌಡ, ಅವರಿಗೆ ಅಲ್ಲಿಯೇ ಇರಲು ಸನ್ನೆ ಮಾಡಿ ಹೇಳುತ್ತಾನೆ)

ದಾಮೋದರ ಸಿಂದಗಿ- ಹೌದಾ? ನೂರು ವರ್ಷ ಆಯಷ್ಯ ಯಾವ ಸುಖಕ್ಕ ರೀ ಗೌಡ್ರ? ಅಚಾನಕ ಬರೋದು ಠರಾಸಿದೆ. ಭೀಮಪ್ಪ ದಾರಿಯೊಳಗ ಸಿಕ್ಕಿದ್ದ, ಮನ್ಯಾಗ ಇದ್ವೀರಿ ಅಂದಾ. ಇಲ್ಲಿ ತನಕಾ ಬಿಟ್ಟು ಹೋದಾ.

ಶೋಭಾ - ಮನ್ಯಾಗ ಎಲ್ಲಾರೂ ಹೆಂಗ ಇದ್ದಾರಿ? ನಿಮ್ಮ ತಾಯಿಯವರು ಮೊನ್ನೆ ಬಚ್ಚಲದಾಗ ಬಿದ್ದರು ಅಂತ ತಿಳಿತು. ವಯಸ್ಸಾದ ಮ್ಯಾಲೆ, ಪಾಪಾ ಭಾಳ ಕಠಿಣ! ನಮ್ಮ ಸೊಶಿ ಹೆಂಗಿದ್ದಾಳರಿ? ಯಾವಾಗ ನಮ್ಮ ಮನಿಗೆ ಬರತಾಳ ಅಂತ ಕಾಯಲಿಖತ್ತೀವಿ. ಪತ್ತಾರನ್ನ ದಿನಾ ಮನಿಗೆ ಕರಸೋದ ಆಗೇದ. ಪಾಟ್ಲಿ, ಬಿಲ್ವರ, ಗೋಟು, ಅವಲಕ್ಕಿ ಸರಾ, ನಾಗಮುರಗಿ ಎಲ್ಲಾ ಮಾಡಸಲಿಕ್ಕೆ ಹಾಕೀವಿ.

ಶಂಕರ ಗೌಡ - ಭಾಳ ದಿನದ ಮ್ಯಾಲೆ, ಮನ್ಯಾಗ ಶುಭಕಾರ್ಯ ನಡಿಲಿಖತ್ತದ. ಮಗನ ಮದುವಿ ಅಂತ ಭಾಳ ಹುರಪಿಗೆ ಎದ್ದಾಳ ನಮ್ಮಾಕಿ. ನಮ್ಮನಿ ದೇವರು ಯಲಗೂರದಪ್ಪಗ ಎಲಿ ಪೂಜಿ ಕಟ್ಟಸ್ತಾಳಂತ... ಓಣಿ ತುಂಬ ಹಂದರಾ ಹಾಕಸ್ತಾಳ ಅಂತ... ಉಡುಪಿಯಿಂದ ಅಡಿಗಿಗೆ ಕರಸ್ತಾಳ ಅಂತ... ಏನ್ ಮಾಡ್ತಿ ಮಾಡು ಅಂದೀನಿ.

ಯಾಕರೀ ಬೀಗರ... ಮಾರಿ ಸಪ್ಪಗ ಆಗೇದ? ಎಲ್ಲಾ ಆರಾಮ ಅದಲಾ? ಏನರೇ ಬೇಕಾಗಿತ್ತೇನು? ನಾನು ಮೊದಲ ಹೇಳೀನಿ. ಮದುವಿ ಸಲುವಾಗಿ ಒಟ್ಟ ತಲೀ ಕೆಡಶ್ಕೋಬ್ಯಾಡರಿ ಅಂತ. ಖುಶೀಲೇ ನಿಮ್ಮ ಹುಡುಗಿನ್ನ ಕಳಿಶಿಕೊಟ್ಟರ ಸಾಕು. ಬಾಕಿ ಎಲ್ಲಾ ನಾವು ನೋಡ್ಕೋತೇವಿ ಅಂತ.

ದಾಮೋದರ ಸಿಂದಗಿ - ನಿಮ್ಮ ಹುರುಪು ನೋಡಿ, ನನ್ನ ಬಾಯಾಗಿಂದ ಮಾತ ಹೊಂಡವಲ್ಲು. ಹೆಂಗ ಹೇಳೋದು...? ಗೌಡ್ರ, ನಮ್ಮದು ನಿಮ್ಮದು ಋಣಾನುಬಂಧ ಇಲ್ಲಾ ಅಂತ ಕಾಣತದ. ಈಗಿನ ಹುಡುಗರು ನಮ್ಮ ಹಂಗ ಅಲ್ಲ. ಯಾರ ಮಾತು ಕೇಳಾಂಗಿಲ್ಲ. ನನ್ನ ಮಗಳು ಈ ಮದುವಿ ಒಲ್ಲೆಅನಲಿಖತ್ತಾಳ. ನಾನು ನಮ್ಮ ಮನಿಯಾಕಿ ಒಂದು ವಾರದಿಂದ ಸಮಾಝಾಯಿಸಿ ಹೇಳಲಿಖತ್ತೀವಿ. ಅಕಿ ಒಟ್ಟs ಯಾರ ಮಾತು ಕೇಳಲಿಕ್ಕೆ ತಯ್ಯಾರಿಲ್ಲ.

ಶೋಭಾ - (ಗಾಬರಿಯಿಂದ) ಯಾಕ? ಏನ್ ಹೇಳಲಿಖತ್ತೀರಿ ನೀವು? ಹಂತಾದ ಏನಾತು? ಒಮ್ಮಿಂದ ಒಮ್ಮೇ ಮದುವಿ ಒಲ್ಲೇ ಅನ್ನೋಹಂಗ??

ಶಂಕರ ಗೌಡ - ಏನು ಮಾತು ಅಂತ ಹೇಳಲಿಖತ್ತೀರಿ? ಎಲ್ಲಾ ತಯ್ಯಾರಿ ಆಗೇದ. ಬಳಗಕ್ಕೆಲ್ಲ ಆಮಂತ್ರಣ ಹೋಗೇದ. ಅಲ್ಲಾss... ಏನು ಕಾರಣಾ ಹೇಳಲಿಖತ್ತಾಳ?

ಶೋಭಾ - ಮತ್ತೆಲ್ಲರೆ... ಬ್ಯಾರೆ ಕಡೆ ಮನಸು ಅದ ಅಂತೇನು? ಮೊದಲ ಯಾಕ ಹೇಳಲಿಲ್ಲಾ?

ಶಂಕರ ಗೌಡ - ಏನ... ಸುಮ್ನಿರು ಸ್ವಲ್ಪ...

ದಾಮೋದರ ಸಿಂದಗಿ - ಅದು ಏನು ಇಲ್ಲಾಅಂತಾಳರೀ ವೈನಿ. ನಮಗೂ ಏನೂ ತಿಳಿವಾಲ್ತು. ನನಗ ನಿಮ್ಮ ಮುಂದ ಹೇಳಲಿಕ್ಕೆ ಬಾಯಿನ ಬರವಾಲ್ತು. ಈ ಪತ್ರ ಬರದಿಟ್ಟು ತಮ್ಮ ಅಕ್ಕನ ಮನಿಗೆ ಹೋದಾಕಿ ಮನೀಗೆ ಬರಲಿಕ್ಕೆ ನಾ ಯಾಕ ಅಂತಾಳರಿ.

(ಪತ್ರವನ್ನು ಶಂಕರಗೌಡರ ಕೈಯಲ್ಲಿ ಕೊಡುತ್ತಾನೆ.)

ಶೋಭಾ - ಈಗರೆ ಊರಿಂದ ಬಂದಾನ ಶ್ಯಾಮ. ಅವನ್ನ ಮನಿಸ್ಸಿನ ಮ್ಯಾಲೆ ಏನು ಪರಿಣಾಮ ಆಗ್ತದ ಅಂತ ವಿಚಾರರೇ ಮಾಡೀರೇನು?

ದಾಮೋದರ ಸಿಂದಗಿ - ಶ್ಯಾಮ ಅವರಿಗೆ ವಿಷಯ ಗೊತ್ತದ ಅಂತ.

ಶಂಕರ ಗೌಡ - ಶ್ಯಾಮಗ ಗೊತ್ತದನ?

ದಾಮೋದರ ಸಿಂದಗಿ - ಅವರಿಗೂ ಪತ್ರ ಕಳಸ್ಯಾಳ ಅಂತ. ಮನಸಿಲ್ಲಾ ಅಂದರ ಬಿಡು; ಬಲವಂತ ಮಾಡಿ ಮದುವಿ ಆದರ ಅರ್ಥ ಇರಾಂಗಿಲ್ಲಾ ಅಂದರಂತ.

ಶೋಭಾ - ಅದು ಖರೇ, ಹುಡುಗೀಗೆ ಮನಸ್ಸಿಲ್ಲ ಅಂದರ, ಬಲವಂತ ಮಾಡಾವರು ನಾವು ಯಾರು? ಈ ವರ್ಷದಾಗ ಅವನ ಮದುವಿ ಆಗದಿದ್ವರ, ಮುಂದ ಮದುವಿ ಯೋಗ ಇಲ್ಲಾ ಅಂದಾರ ಗೋವಿಂದ ಭಟ್ಟರು.

ಶಂಕರ ಗೌಡ - ಏನ ಅಡ್ಡಿ ಇಲ್ಲಾ ಸಿಂದಗಿ ಅವರ, ನೀವು ಹೇಳಿದ ಹಂಗ, ನಮ್ಮದು ನಿಮ್ಮದು ಋಣಾನುಬಂಧ ಇಲ್ಲಾ ಅನಸ್ತದ. ಏನೂ ಮಾಡಲಿಕ್ಕೆ ಆಗೋದಿಲ್ಲ. ನಿಮ್ಮ ಮಗಳ ಭವಿಷ್ಯಾ ಛಲೋ ಆಗಲಿ. ಏನs... ಅಡಗಿ ಆಗಿದ್ವರ ಎಲಿ ಹಾಕಸು.

ಶೋಭಾ - ಅಡಗಿ ತಯ್ಯಾರ ಅದ (ಕಣ್ಣಾಲ್ಲಿ ನೀರು) ಕೈ-ಕಾಲ ತೊಳಕೊಂಡು ಬರ್ರಿ.

ಏ ನಿಂಗವ್ವಾ ಬಿಸಿನೀರು ತೋಡಿ ಇಡು ಅಪ್ಪಾರಿಗೆ.

ದಾಮೋದರ ಸಿಂದಗಿ - ಭಾಳ ಮಂದಿ ಆಗಲಿರಿ... ಮತ್ತೊಮ್ಮೆ ಬರತೀನ್ರಿ ವೈನಿ. ಯಾಕೋ ಮನಸಿಗೆ ಭಾಳ ಕಿರಿ ಕಿರಿ ಆಗೇದ. ವೈನಿ, ಇದು ನಿಶ್ಚಯಕ್ಕ ಕೊಟ್ಟದ್ದು ಶೀರಿ, ಉಂಗರಾ ಮತ್ತ ಸರಾ... (ಕಣ್ಣಾಲ್ಲಿ ನೀರು) ಸಾಧ್ಯ ಆದರ ಕ್ಷಮಾ ಮಾಡರಿ... ನನ್ನ ಮಗಳ ಮಾಡಿದ್ದ ತಪ್ಪು ಹೊಟ್ಟ್ಯಾಗ ಹಾಕೊಳ್ಳರಿ. ನಾ ಬರತೀನ್ರಿ ಇನ್ನ.

ಶಂಕರ ಗೌಡ - ಬಸಪ್ಪ, ಅಪ್ಪಾರನ ಹೊರಗಿನ ತನಕಾ ಬಿಟ್ಟು ಬಾ. ನಿಂಗವ್ವಾ, ಒಂದ ಚೀಲಾ ಗೋದಿ ಗಾಡ್ಯಾಗ ಹಾಕಸು.

(ದಾಮೋದರ ಸಿಂದಗಿ ಹೋಗುತ್ತಾನೆ. ಶಂಕರ ಗೌಡ ಅವನು ಕೊಟ್ಟ ಪತ್ರವನ್ನು ಓದದೇ ಹರಿದು ಚೆಲ್ಲುತ್ತಾನೆ)

ಶೋಭಾ - ಯಾವ ಜನ್ಮದ ಕರ್ಮರೀ? ಯಾರಿಗೆ ಏನು ಅನ್ಯಾಯ ಮಾಡೀವಿ ಅಂತ ನಮ್ಮನ್ನ ಹೀಂಗ ಪರೀಕ್ಷಾ ಮಾಡಲಿಖತ್ತಾನ ಯಲಗೂರದಪ್ಪ? ನಾ ಏನ್ ತಪ್ಪ ಮಾಡೀನಿ ದೇವರs? ಇರಾಂವ ಒಬ್ಬ ಮಗಾ. ಅವನ ಮದುವಿ ಮಾಡಿ, ನಿನ್ನ ಸೇವಾ ಮಾಡಕೋತ ಜನ್ಮಾ ತಗಿತಿದ್ನೆಲೋ... (ಜೋರಾಗಿ ಅಳುತ್ತಾಳೆ). ಒಂದು ವರ್ಷದಾಗ ಅವನ ಮದುವಿ ಆಗದಿದ್ದರ ಮುಂದ ಮದುವಿ ಯೋಗ ಇಲ್ಲ ಅಂದಾರ. ಏನು ಮಾಡೋದು ಯಲಗೂರೇಶ... ಯುಗಾದಿ ಅಷ್ಟೊತ್ತಿಗೆ ಏನ ದಾರಿ ತೋರಸತಿ, ತೋರಿಸಪ್ಪ. ನೀ ಬಲ ಅಂದರ ಬಲ, ಎಡ ಅಂದರ ಎಡ...

ಶಂಕರ ಗೌಡ - ನಮ್ಮ ಕೈಯ್ಯಾಗ ಏನ ಅದ! ಎದಕ್ಕ ತ್ರಾಸ ಮಾಡ್ಕೊಳ್ತಿ... ಇನ್ನೂ ಛಲೋ ಕನ್ಯಾ ಹುಡುಕೋಣು... ನನಗೂ ಅಷ್ಟs ತ್ರಾಸ ಆಗೇದ. ಆದರ ಏನ್ ಮಾಡಲಿ. ಎಲ್ಲಾ ಡಾಕ್ಟರ ಹತ್ತಿರ ತೋರಿಸಿದೆ. ಅಂವಗ ಔಷಧ ನಾಟವಾಲ್ತು... ಈಗ ಶಿವಪ್ಪನ ನಾಟಿ ಔಷಧಕ್ಕ ಆರಾಮ ಆಗಲಿಖತ್ತಾನ. ಆದರ ಎಲ್ಲಾರಿಗೂ ಹೆಂಗ ತಿಳಿಶಿ ಹೇಳೋದು. ನೊಡೋಣ ಅಂತ, ಆ ಯಲಗೂರದಪ್ಪ ಏನರೆ ದಾರಿ ತೋರಸ್ತಾನ. ಕಾಳಜಿ ಮಾಡವ್ರು ನಾವ ಎಷ್ಟರಾವರು..

ಶೋಭಾ - ನನಗ ಗೊತ್ತಿಲ್ಲಾ. ನನ್ನ ಮಗನ ಮದುವಿ ಆಗಬೇಕು ಅಷ್ಟs. ಅವರು ಕನ್ಯಾ ಕೊಡದಿದ್ದರ ಅಷ್ಟ ಹೋಗಲಿ. ನಮಗ ಬ್ಯಾರೆ ಕನ್ಯಾ ಸಿಗಾಂಗಿಲ್ಲ ಅನ್ಕೊಂಡಾರೇನು?

ಶಂಕರ ಗೌಡ - ಅವರದು ಏನ್ ತಪ್ಪು? ಪಾಪ ಅವರ ಮಾರಿ ನೋಡಿದೇನು? ಚೂಟಿದರ ರಕ್ತ ಇಲ್ಲ ಅನ್ನೋ ಹಂಗ ಆಗಿತ್ತು. ಅವರಿಗೂ ನಮ್ಮಷ್ಟs ತ್ರಾಸ ಆಗೇದ. ನಾಕ ಮಂದ್ಯಾಗ ಮಾರಿ ತೋರಿಸಲಿಕ್ಕೆ ಅವರಿಗೂ ಆಗುದಿಲ್ಲ. ಮತ್ತ ಹುಡುಗಿನs ಒಲ್ಲೇ ಅಂದರ ಅವರರೇ ಏನ ಮಾಡ್ಯಾರ? ಮದುವಿಕಿಂತಾ ಮೊದಲ ಹೇಳ್ಯಾಳ. ಮದುವಿ ಆದ ಮ್ಯಾಲೆ ಒಲ್ಲೆ ಅಂತ ಮನಿ ಬಿಟ್ಟ ಹೋಗಿದ್ದರ ಏನ ಮಾಡತಿದ್ದಿ ಹೇಳು? ವಿಚಾರ ಮಾಡು....

ಶೋಭಾ - ಮದುವಿ ಮುರದದ ಅಂತ ಮಂದಿಗೆ ಗೊತ್ತಾದರ, ಬಾಯಿಗೆ ಬಂದ ಹಂಗ ಮಾತಾಡ್ತಾರ. ಮಂದಿನ್ನ ಬಿಡರಿ; ಯಾವದರೇ ಹುಡುಗಿನ್ನ ತಂದು ಅವನ ಮದುವಿ ಮಾಡರಿ. ಅಂದರ ಅವಾ ಪೂರ್ತಿ ಆರಾಮ ಆಗ್ತಾನ. ನನ್ನ ಮಗನ್ನ ಹಿಂಗ ನೋಡಲಿಕ್ಕೆ ಆಗವಾಲ್ತು.

ಶಂಕರ ಗೌಡ - ಮಂದಿ? ಮಂದಿ ಏನು? ಮುಂದ ಒಡು ಅಂತಾರ; ಹಿಂದ ಹಿಡಿ ಅಂತಾರ. ನೀ ಸಮಾಧಾನ ಮಾಡಕೊ. ಏನರೇ ಮಾಡೋಣ ಅಂತ. ನೀ ತ್ರಾಸ ಮಾಡ್ಕೋಳೋದು ನೋಡಲಿಕ್ಕೆ ಆಗಾಂಗಿಲ್ಲ ನನಗ. ನಡಿ ಒಳಗ ಹೋಗಿ ಆರಾಮ ತೊಗೊ ಸ್ವಲ್ಪ ಹೊತ್ತು.

ಭೀಮ - ಅಪ್ಪಾರ, ರೊಕ್ಕ ತೊಗೋರಿ. (ಅವರನ್ನು ನೋಡಿ) ಮನಿಕಡೆ ಹೋಗಿ ಬರತೇರ್ನಿ...

ಶಂಕರ ಗೌಡ - (ಕಣ್ಣೀರು ಒರೆಸಿಕೊಂಡು) ಎಲ್ಲಾ ಕೊಟ್ಟಾನಾ? ಆತು ಬಿಡು. ನಾ ಪಂಚಾಯತಿ ಕಡೆ ಹೋಗಿ ಬರತೇನಿ

(ಎರಡನೇ ದೃಶ್ಯ ಮುಕ್ತಾಯ ತೆರೆಯ ಮೇಲೆ ಕತ್ತಲು)

ದೃಶ್ಯ ಮೂರು

(ತೆರೆಯ ಮೇಲೆ ಬೆಳಕು. ಶ್ಯಾಮನ ದೊಡ್ಡ ಕೋಣೆ. ಒಂದು ಪಲ್ಲಂಗ. ಪಕ್ಕದಲ್ಲಿ ನೀರಿನ ತಂಬಿಗೆ, ಔಷಧಗಳು ಮತ್ತು ಪುಸ್ತಕಗಳು)

ಲಕ್ಕವ್ವ - ಎಟ್ಟ್ ದೊಡ್ಡ ಕ್ವಾಣಿ ಯವ್ವ ಇದ... ನಮ್ಮ ಮನಿ ಹಿತ್ತಲಾ ಮುಂಚಿ ಹಿಡದರೂ, ಇದರ ಮುಂದ ಸಣ್ಣದ ಆಕ್ಕೇತಿ. ಯಪ್ಪಾ... ಇಷ್ಟ ದೊಡ್ಡ ಕನ್ನಡಿನ?

ನಮ್ಮ ಮನ್ಯಾಗಿನ ಕನ್ನಡಿ ಒಳಗ ನನ್ನ ಮಾರಿ ಅಟ್ಟss ಕಾಣತೇತಿ (ತನ್ನನ್ನೇ ತಾನು ನೋಡಿಕೂಳ್ಳುತ್ತಾ). ಅಲಿಲಿಲಿಲಿ... ಲಕ್ಕಿ ಎಷ್ಟ ಚಂದ ಅದೀಯ ನೀನು! ಐ.. ಐ... ಐ ಅವನಾರ ಹಂಗ ಕಾಣತೇನಿ (ಶೋಭಾಳ ನಕಲು ಮಾಡುತ್ತ). ಏನ್ರೀ... ಅಡಗಿ ಅಗೇದ, ಊಟಕ್ಕ ಬರತೀರಿ ಏನು? (ನಗುತ್ತ ಬಾಗಿಲ ಹತ್ತಿರ ಹೋಗಿ) ಅತ್ತಿss, ಕದಾ ಮುಚ್ಚಲ್ಯಾ? ಧೂಳ ಹೂರಗ ಬರಾತೇತಿ?

ನಿಂಗವ್ವ - ತಡೀ ಒಂದಿಟ. ಅಲ್ಲಿ ಮ್ಯಾಲಿನ್ ಜಾಡ ತಗೀ. ಕಿಟಕಿ ಸಳಿ ಒರಸು. ಅತ್ತss ಆ ಪೆಟಿಗಿ ಧೂಳ ಜಾಡಸು.

ಲಕ್ಕವ್ವ - (ಪೆಟ್ಟಿಗೆಯನ್ನು ಜಗ್ಗಿ ನೋಡಿ) ಯವ್ವ... ಗನಾ ವಜ್ಜ ಐತ್ಯಲ್ಲ... ಹಂತಾದ ಏನ್ ಐತಿ ಇದರಾಗ?

ನಿಂಗವ್ವ - (ಪೆಟ್ಟಿಗೆಯನ್ನು ತೆಗೆದು ನೋಡಿ) ದಸರಾ ಹಬ್ಬದ ಗೊಂಬಿ ಅದಾವು. ಅಲ್ಲೇ, ಕಟಗಿ ಕಪಾಟ ಐತ್ಯಲ, ಅದರ ಒಳಗ ಇಡು. ಇಡುಕಿಂತಾ ಮೊದಲ ಗೊಂಬಿ ತಗದ ಈ ಬಟ್ಟಿಲೇ ಒರಿಸಿ

ಇಡು. ಬಾಯಿ ತಕ್ಕೊಂಡ ಕುಂಡರಬ್ಯಾಽಽಡ. ಕದಾ ಹಿಕ್ಕೋ. ಸಣ್ಣ ಅಪ್ಪನಾರಗೆ ಧೂಳ ಅಂದರ ಆಗಾಂಗಿಲ್ಲ.

ಲಕ್ಕವ್ವ - ಅತ್ತಿಽಽ... ಈ ಸಣ್ಣ ಅಪನಾರ ನೋಡಾಕ ಹೆಂಗ ಅದಾರ? ಗೌಡ್ರು ಅಪನಾರ ಹಂಗ ಎತ್ತರ ಅದಾರೇನು?

ನಿಂಗವ್ವ- ಏ ಲಕ್ಕಿ... ಇಲ್ಲದ್ದ ಉಸಾಬರೀ ನಿನಗ ಎದಕ್ಕಲೇ? ಆಮ್ಯಾಗ ತೋರಸ್ತೇನಿ ಸಣ್ಣ ಅಪನಾರನ್ನ. ಮೊದಲ ಕೆಲಸ ಮುಗಸ.

ಲಕ್ಕವ್ವ - ಹೂಂ... ಅತ್ತೀ... (ಸ್ವಗತ...) ಸಣ್ಣ ಅಪ್ಪನಾರ ಸಣ್ಣ ಅಪ್ಪನಾರ ಏನ ದೊಡ್ಡ! (ನಗುತ್ತ). ಯಾವ ಊರಿನ ಮಹಾರಾಜಾನ ಯಪ್ಪ? ಯಾವನರೆ ಇರಲಿ ನನಗೇನು. ಕಂಡಾಪಟ್ಟೆ ಜಾಡ ಕಟ್ಟೇತಿ ಇಲ್ಲೇ. ಇದನ್ನ ತಗಿಯೊದರಾಗ ನನ್ನ ಕೈಽಯ ಸೊತುಬರತಾವ.

ಮೊದಲ ಧೂಳ ತ್ಯಗಿತೇನಿ (ಮುಖಕ್ಕೆ ಬಟ್ಟೆ ಕಟ್ಟಿಕೊಂಡು ಅಲ್ಲಿದ್ದ ಕುರ್ಚಿಯ ಮೇಲೆ ನಿಂತು) ಎಷ್ಟ ಚಲೋ ಐತಿ ಈ ಕ್ವಾಣಿ. ನಮ್ಮ ಮನಿ ಹಿಂಗ ಇದ್ದರ ನಾನೂ ಅವನಾರ ಹಂಗ ಚಲೋ ಪತ್ತಲಾ ಉಟ್ಟ, ಹೂವಾ ಹಾಕ್ಕೊಂಡು ಮನಿ ತುಂಬ ಓಡಾಡತಿದ್ದೆ.

ನಡಿ ಲಕ್ಕವ್ವ... ಧೂಳ ಜಾಡಸು...

(ಕೆಲಸವನ್ನು ಮುಗಿಸಿ, ಪೆಟ್ಟಿಗೆಯನ್ನು ತೆಗೆಯುತ್ತಾಳೆ)

ಐ..... ಗೊಂಬಿ! ಅವನಾರ ಹಬ್ಬಕ್ಕ ನಮ್ಮ ಅವ್ವಾನ್ನ ಗೊಂಬಿ ಜೋಡಸಾಕ ಕರದಿರತಾರ. ಅಯ್ಯಯ, ಇದರ ಕೈ-ಕಾಲು ಎಲ್ಲಾ ಬಿಚ್ಚೇ ಇಟ್ಟಾರಲ್ಲ? ನನಗೇನ, ಅತ್ತಿ ಹೇಳಿದಷ್ಟ ಮಾಡಿದರ ಆತು. ಎಷ್ಟು ಚಂದ ಐತಿ ಈ ಗೊಂಬಿ? (ಪೆಟ್ಟಿಗೆಯಿಂದ ಗೊಂಬೆಯಂತೆ ವೇಷ ಧರಿಸಿದ ಹುಡುಗಿ, ಗೊಂಬೆಯಂತೆ ನಟಿಸುತ್ತ ಹೊರಗೆ ಬರುತ್ತಾಳೆ). ಇಕಿ ಕಣ್ಣ ನೋಡ ಯವ್ವ! ಕೈ-ಕಾಲ... ಎಷ್ಟ ಚಂದ ಇದ್ದಿಯ ಅವ್ವಿ ನೀ... (ಕನ್ನಡಿ ಹತ್ತಿರ ತೆಗೆದುಕೊಂಡು ಹೋಗಿ) ಏ ಗೊಂಬಿ, ನೀ ನನ್ನ ಹಂಗ ಅದಿ (ಆ ಕಡೆ ಈ ಕಡೆ ನೋಡಿ) ಶ್ ಶ್... (ಮೆಲುದನಿಯಲ್ಲಿ) ನಾವಿಬ್ಬರೂ ಆಟಾ ಆಡೂಣು? ಏನ್ ಆಡೂಣು? ಕುಂಟಪಿಲ್ಲಿ? ನೀ ಹೇಂಗ ಆಡತಿ? ನಿನಗ ಅಂತೂ ಕುಂಟಾಕ ಬರಾಂಗಿಲ್ಲ. ಕುಂತ್ತಲ್ಲೆ ಕೂಡೋಹಂತಾ ಆಟಾ ಆಡೂಣು?

ಹೋಗವಾ... ಆssವಾಗಿಂದ ನಾನ ಒಬ್ಬಾಕಿನ ಕಾಗಿಗತೆ ಕಾ ಕಾ ಅನ್ನಾಕಹತ್ತೇನಿ. ನೀ ತುಟಿಪಿಟಕ್ ಅನ್ನದ ದೇವರ ಹಂಗ ಗಪ್ಪss ಕುಂತಿದಿ. ನಡಿ ನಿನ್ನ ಪೆಟ್ಟಿಗ್ಯಾಗ ಹಾಕಿ, ನನ್ನ ಕೆಲಸಾ ಮುಗಿಸಿ, ನಾ ಹೊಂಡತೇನಿ.

ಗೊಂಬಿ - (ತೆರೆಯ ಮೇಲಿನ ಬೆಳಕು ಬದಲಾಗುತ್ತದೆ. ಗೊಂಬೆಯ ಒಳಗಿನಿಂದ ಧ್ವನಿ ಬರುತ್ತದೆ) - ಏ ಲಕ್ಕಿ, ನನ್ನ ಆಟಕ್ಕ ತಯ್ಯಾರ ಮಾಡಿ ನೀ ಎಲ್ಲೆ ಹೊಂಟಿ? ಬಾ, ಆಟಾ ಆಡೂಣು. ಕುತ್ತಲ್ಲೇ ಕೂಡು ಹಂತಾ ಆಟಾ ಆಡೂಣು.

ಲಕ್ಕವ್ವ - ಯವ್ವ, ಗುಡ್ಡದ್ದ ಯಲ್ಲವ್ವ, ಈ ಗೊಂಬಿ ಮಾತಾಡತೇತಿ ಅಲs. ದೆವ್ವ ಗಿವ್ವ ಇಲ್ಲ ಹೌದಿಲ್ಲೋ ಮತ್ತ? ಇರಬೇಕು... ಹ್ವಾದ ತಿಂಗಳ ನಮ್ಮ ಹಿಂದಿನ ಮನಿ ಕಾಶ್ಯಪ್ಪ ಸತ್ತಿದ್ದ. ಅವನ ಮನಿ

ಹಿತ್ತಲಾಗಿನ್ನು ಹುಣಚಿ ಹಣ್ಣ ಕದಿತಿದ್ದೆ. ಅದಕ್ಕ ನನ್ನ ದೆವ್ವ ಆಗಿ ಕಾಡಾಕಹತ್ತಾನ ಕಾಣತೇತಿ.

ಗೊಂಬಿ - ಶ್ ಶ್... ಹೆದರ ಬ್ಯಾಡಾ. ನಾ ದೆವ್ವ ಅಲ್ಲ, ಗೊಂಬಿ. ಸತ್ತ ಹೋದ ಕಾಶ್ಯಪ್ಪ ಗಂಡಸ ಮನಷ್ಯಾ ಹೌದಿಲ್ಲೋ?

ಲಕ್ಕವ್ವ- ಹೌದ ಹೌದ... ಮೊದಲ ಮನಸ್ಯಾ ಇದ್ದಾ. ಈಗ ದೆವ್ವ ಆಗಿ ನನ್ನ ಬೆನ್ನ ಬಿದ್ದಾನ ಕಾಣತೇತಿ.

ಗೊಂಬಿ - ಮತ್ತ ಅಂವಾ ದೆವ್ವ ಆದರ, ಹೆಣ್ಣ ಗೊಂಬಿ ಮ್ಯಾಲೆ ಬರತಾನ ಏನು?

ಲಕ್ಕವ್ವ - ಅಯ್ಯ... ನನ್ನ ತ್ಯಲ್ಯಾಗ ಬಂದಿಲ್ಲ ನೋಡು. ನಮ್ಮ ಅವ್ವ ಹೇಳಿದ ಹಂಗ ತ್ಯಲಿತುಂಬ ಬಟಾಟಿ ತುಂಬೇತಿ. ನನ್ನ ಹತ್ತಿರನೂ ಎರಡ ಗೊಂಬಿ ಅದಾವು. ಅವಂತೂ ಎಂದೂ ಮಾತಾಡಿಲ್ಲ ನನ್ನ ಜೋಡಿ.

ಗೊಂಬಿ - ಅವೂ ನಿನ್ನ ಜೋಡಿ ಮಾತಾಡತಾವ. ಆದರ ನಿನಗ ನೆನಪ ಇರಾಂಗಿಲ್ಲ. ನಾನು ಯಾರ ಜೋಡಿನೂ ಮಾತಾಡಾಂಗಿಲ್ಲ. ಆದರ ನೀ ನನ್ನಂಗ ಇದ್ದೀ. ನನಗ ಭಾಳ ಶೇರಿದಿ. ಅದಕ್ಕ ಮಾತಾಡಲಿಖತ್ತೀನಿ. ಯಾರ ಮುಂದೂ ಹೇಳಬ್ಯಾಡ. ಇಲ್ಲಾ ಆಣಿ...

ಲಕ್ಕವ್ವ - ಯವ್ವಾ... ಆಣಿ-ಪಿಣಿ ಹಾಕಬ್ಯಾಡಾ... ನೀ ಮಾಟಾಮಂತ್ರದ ಗೊಂಬಿ ಏನ? ತಡಿಯಾ... ನನ್ನ ನಿನ್ನ ಬಿಟ್ಟು ಈ ಕ್ವಾಣ್ಯಾಗ ಯಾರೋ ಅದಾರ ಅನಸಾಕತ್ತೇತಿ.

ಗೊಂಬಿ - ಯಾರೂ ಇಲ್ಲಾ... ನನ್ನ ನಿನ್ನ ಬಿಟ್ಟ ಯಾರೂ ಇಲ್ಲಾ. ನಾ ಯಾರಿಗೂ ಕೆಡಕ ಮಾಡಾಂಗಿಲ್ಲ. ನಾನು... ನನ್ನಷ್ಟಕ್ಕs ನಾನು. ನನ್ನೊಳಗs ನಾನು. ನನ್ನ ಕೆಲಸ, ನನ್ನ ಮನಸು, ನನ್ನ ಪೆಟ್ಟಿಗಿ. (ಮಂದಹಾಸದೊಂದಿಗೆ)

ಲಕ್ಕವ್ವ – ನಿನಗ ಒಬ್ಬಾಕಿಗೇ ಇರಾಕ ಬ್ಯಾಸರಕಿ ಬರಾಂಗಿಲ್ಲ? ಮತ್ತೂ ಹೆಂಗ ನಕ್ಕೋsssತ ಅದಿ?

ಗೊಂಬಿ - (ಜೋರಾಗಿ ನಕ್ಕು) ಒಬ್ಬಾಕಿನ ಇದ್ದೀನಿ... ಅದಕ್ಕೇ ನಗಲಿಖತ್ತೀನಿ. ಯಾರದೂ ಚಿಂತಿ ಇಲ್ಲ; ಯಾರದೂ ಹಂಗಿಲ್ಲ.

ಲಕ್ಕವ್ವ - ಏ ಸ್ವಾದಗೇಡಿ! ನೀ ಏನು ಮಾತಾಡಾಕತ್ತಿ ಅಂತ ನನಗ ತಿಳಿಯssವಾಲ್ತು. ಆದರ ಜೋರ ಅದಿ ನೋಡು. ನಿನ್ನಹಂಗ ನನಗ ಅಂತೂ ಇರಾಕಾಗುದಿಲ್ಲ. ನನಗ ನನ್ನ ರಾಜಕುಮಾರ, ನನ್ನ ಮದುವಿ, ಗಂಡ... ಎಲ್ಲ ಬೇಕು. ಚಂದ ಇರತೇತಿ. ನೀ ಹೂಂ ಅನ್ನು... ಒಂದss ಚಪ್ಪರದಾಗ ಜೋಡು ಮದುವಿ ಎಬ್ಬಸೋಣು.

ಗೊಂಬಿ - ನಾ ಮದುವಿ ಮಾತ್ರ ಒಟ್ಟ ವಲ್ಲೆ. ಭಾಳ ಕಂಡೀನಿ ಈ ಕಣ್ಣಾಲೆ. ಈ ಪೆಟ್ಟಿಗ್ಯಾಗ... ಅದು ಬಿಡು... ನಿಂದ ಹೇಳು. ಯಾವೂರ ರಾಜಕುಮಾರ? ಏನು ಹೆಸರು ಅವನದು?

ಲಕ್ಕವ್ವ - ಅವನ ಊರು....? ಹೆಸರು...? ಹೆಸರ? ಹೂಂ.... ಇರುಪಾಕ್ಸಿ? (ನಾಚಿಕೆಯಿಂದ)

ಗೊಂಬಿ - (ಮಂದಹಾಸದೊಂದಿಗೆ)... ನಿನ್ನ ಕನಸು ಖರೆ ಆಗಲಿ. ನಕ್ಕೋsssತ ಇರು.

ಆತು, ನಾ ಹೊರಡತೀನಿ. ಹೊತ್ತಾತು. ಹೋಗೊಕ್ಕಿಂತ ಮೊದಲ ನಿನಗ ಏನರೆ ಕೂಟ್ಟ ಹೋಗಬೇಕು ಅಂತ ಮನಸ್ಸ ಹೇಳಲಿಖತ್ತದ. ಕೇಳು... ನಿನಗೆ ಏನು ಬೇಕು ಅದನ್ನ ಕೇಳು. ನನ್ನ ಕೈಲಾದರ ಕೊಟ್ಟು ಹೋಗತೀನಿ. ಇಲ್ಲಾ ಸುಖಾಬಿಟ್ಟು ದುಖಃ ತಗೋಂಡ ಹೋಗತೀನಿ.

ಲಕ್ಕವ್ವ - ಯವ್ವಾ... ನೀ ನನ್ನ ಅಳಾಸಾಕ ನಿಂತಿ ನೊಡವಾ. ನನಗ ಏನೂ ಬ್ಯಾಡಾ. ನೀ ಎನರೇ ಕೊಡತೇನಿ ಅಂದರ ಕೂಡು... ಸುಳ್ಳ ಹೇಳಕೋತ... ಮೊದಲು ಒಂದು ಹೂವ ಕೊಡು ನೋಡೋಣು ನಿನ್ನ ಬೆಳಕ ಎಷ್ಟ ಐತಿ ಅಂತ ಗೊತ್ತಾಗತೈತಿ.

ಗೊಂಬಿ - ನೀ ಕಣ್ಣು ಮುಚ್ಚು. ಅಂದರ ಕೊಡತೀನಿ.

(ಮುಂದೆ ಹೂವು ಬೀಳುತ್ತದೆ)

ಲಕ್ಕವ್ವ - ಐ... ಖರೆಖರೆನss ಹೂವಾ ಕೊಟ್ಟಿ? ಹಂಗಂದರ ಏನ್ ಕೇಳಿದರೂ ಕೊಡತಿ?

ಗೊಂಬಿ - ನನಗ ದಿನಕ್ಕ ಎರಡ ಸಲ ಕೊಡಲಿಕ್ಕೆ ಬರತದ. ಹಗಲ್ಲೆಲ್ಲಾ ಕೇಳಿದರ ಆಗಾಂಗಿಲ್ಲ.

ಲಕ್ಕವ್ವ - ಹಂಗ ಅಂದರ... ಅಂದರ... ಇವತ್ತ ಒಂದ ದಿನಾ ನಾ ಇಲ್ಲೆ ಹ್ವಾರೆ ಮಾಡಾಕ ಬಂದಿನಿ. ನಾಳಿಂದ ನಾ ಇಲ್ಲೆ ಬರಾಂಗಿಲ್ಲ. ನಾ ಇನ್ನೊಂದ ಏನರೇ ಕೇಳಬೇಕು ಅಂದರ, ಈಗss ಕೇಳಬೇಕು...

ಅಯ್ಯ ಶಿವನ (ಆ ಕಡೆ ಈ ಕಡೆ ಓಡಾಡಿ) ಹಂಗ ಅಂದರ, ನನ್ನ ಕಸನ್ಯಾಗ ಕಾಣದ ಇರೋ ನನ್ನ ಹಿರ್ಯಾನ ನೋಡಾಕ ಕೊಡು.

ಹೆಂಗ ತಣ್ಣಗ ಕುಂತಿ ನೋಡ್ ಈಗ!! ಮಾತಾಡು ಮಾತಾಡು ಈಗ ಮಾತಾಡು. ತೋರಿಸಾಕ ಆಗಾಂಗಿಲ್ಲ ಹೌದಿಲ್ಲೋ?

ಗೊಂಬಿ - ಹೂಂ... ಆತು. ಕಣ್ಣು ಮುಚ್ಚು. ಒಂದರಿಂದ ಐದು ಎಣಸು. ಅಷ್ಟರಾಗ ನಿನ್ನ ಗಂಡ ಬರ್ತಾನೊ ಇಲ್ಲೋ ನೋಡು. ಆದರ ಅಂವಾ ಬಂದಾಗ ನಾ ನನ್ನ ಪೆಟ್ಟಿಗ್ಯಾಗ ಹೋಗತೇನಿ. ನಿನ್ನ ಬಿಟ್ಟ ನಾ ಯಾರಿಗೂ ಕಾಣಾಂಗಿಲ್ಲ. ನೀನೂ ಯಾರ ಮುಂದನೂ ಹೇಳು ಹಂಗ ಇಲ್ಲಾ... ಗೋತ್ತಾತಾ?

ಲಕ್ಕವ್ವ - ಹೂಂ ಹೂಂ ಹೇಳಾಂಗಿಲ್ಲ ತಗೋ. ಕಣ್ಣ ಮುಚ್ಚಲ್ಯಾ? (ಕಣ್ಣು ಮುಚ್ಚಿ)

ಮುಚ್ಚಿದೆ... ನಂಗ ನಂಬಾಕ ಆಗವಾಲ್ತು. ಒಂದ, ಯ್ಯಾಡ, ಮೂರ, ನಾಕ, ಐದ... ತಗಿಲಿ?... ಕಣ್ಣ ತಗಿಲಿ?...

(ತೆರೆಯ ಮೇಲೆ ಒಮ್ಮೆಲೆ ಕತ್ತಲಾಗಿ ಬೆಳಕಾಗುತ್ತದೆ. ಕಣ್ಣು ತೆರೆಯುತ್ತಾಳೆ. ಮುಂದೆ ಒಬ್ಬ ಯುವಕ ನಿಂತಿರುತ್ತಾನೆ)

ಲಕ್ಕವ್ವ - (ಅವನ್ನನ್ನೇ ನೋಡುತ್ತಾ... ಅವನ ಸುತ್ತ ಒಂದು ಸುತ್ತು ಹಾಕಿ) ನನ್ನ ಹಿರ್ಯಾನ? ಖರೇನ? ನನ್ನ ಕನಸ ಅಲ್ಲಾ ಹೌದಿಲ್ಲೋ? ಇರಲಿಕ್ಕಿಲ್ಲ ಬಿಡು. ಯಾಕ ಅಂದರ ಕನಸಿನ್ಯಾಗ ನಿನ್ನ ಮಾರಿನs ಕಾಣಾಂಗಿಲ್ಲ. ಅಲ್ಲಾss? ನನ್ನ ಕನಸಿನ್ಯಾಗ ನೀ ಎಂದೂ ಕಾಣಸೇ ಇಲ್ಲ?

ನಾ ಈಗ ಏನ ಮಾಡಲಿ? ನಂಗ ಬಾಯಿ ಒಣಗಿ ಬರಾಕತ್ತೈತಿ. ಎದಿ ಬಡ್ಕೊಳ್ಳಾಕತ್ತೆತಿ. ಎಲ್ಲಿದ್ದಿ ಈಸ್ ದಿನಾ? ನಾ ಹೆಂಗ ನಂಬಲಿ, ನೀನ ನನ್ನ ಮದುವಿ ಆಗೋ ಹುಡಗಾ ಅಂತ? ನಿಂಗ ಮಾತಾಡಾಕ ಬರತೇತಿ? ನಿನ್ನ ಹೆಸರೇನು? ಯಾವ ಊರು ನಿಂದು? ನನ್ನ ಕೈ ಕಾಲ ನಡಗಾಕತ್ತಾವು.

ಯುವಕ - ಶ್... ತಗೋ... ನೀರು ಕುಡಿ. ಒಂದ ಉಸಿರಾಗ ಹತ್ತ ಪ್ರಶ್ನೆ ಕೇಳ್ತಿಯಲ್ಲ? ನಾ ಯಾರು? ಯಾವ ಊರು ನನಗ ಏನೂ ಗೊತ್ತಿಲ್ಲ. ಈ ಗೊಂಬಿ ಕಳಿಸಿತು. ನಾ ಬಂದೆ. ಮುಂದ ನನಗ ಏನೂ ಗೊತ್ತಿಲ್ಲ. ಮತ್ತ ನಾ ಇಲ್ಲೇ ಇದ್ದೆ; ಈ ಗೊಂಬಿ ಹತ್ತಿರ. ನಿನಗ ಕಾಣಸಿದ್ದಿಲ್ಲ ಅಷ್ಟ.

ಲಕ್ಕವ್ವ - ನಿನ್ನ ಹೆಂಗ ನಂಬಲಿ ನಾ?

ಯುವಕ - ನೀ ನನ್ನ ನಂಬಬೇಕ ಅಂದರ ನಾ ಏನ ಮಾಡಲಿ ಹೇಳು?

ಲಕ್ಕವ್ವ - ನನಗೂ ಗೊತ್ತಿಲ್ಲ... ಹಮ್ ನಮ್ಮ ಅವ್ವಾ ಅಪ್ಪನ ಹೆಸರ ಹೇಳು ನೋಡೋಣು.

ಯುವಕ - ನಿಮ್ಮಅವ್ವನ ಹೆಸರು ಮಲ್ಲವ್ವ; ನಿಮ್ಮ ಅಪ್ಪನ ಹೆಸರು ಬಸಪ್ಪ... ನೀ ಒಬ್ಬಾಕಿನ ಮಗಳು. ನಿನ್ನ ಹೆಸರು ಲಕ್ಕವ್ವ. ಹೌದಿಲ್ಲ?

ಲಕ್ಕವ್ವ - ಬರೊಬ್ಬರಿ... ಬರೊಬ್ಬರಿ ಹೇಳಿದಿ. ಹಂಗ ಅಂದರ, ತಡಿ ನಮ್ಮ ನಿಂಗವ್ವ ಅತ್ತಿನ್ನ ಕರಿತೇನಿ. ನಿನ್ನತೋರಸ್ತೇನಿ.

ಯುವಕ - ಅವರ ಇವರನ್ನ ಕರದರ ನಾ ಹೋಗಿ ಬಿಡತೇನಿ ನೋಡ ಮತ್ತ!

ಲಕ್ಕವ್ವ - ಹಂಗ ಅನಬ್ಯಾಡಾ. ನಾ ನಿನ್ನ ನಂಬತೇನಿ. ಗುಡ್ಡದ್ದ ಎಲ್ಲವ್ವನ ನಿನ್ನ ಕಳಸ್ಯಾಳ ನನ್ನ ಸಲುವಾಗಿ. ನೀ ನನ್ನ ಕೂಟ ಇರತಿ?

ಯುವಕ - ಆತು. ಮತ್ತೇನರೆ...?

ಲಕ್ಕವ್ವ - ನಡಿ ಹಂಗಾರ... ಹೋಗೋಣ ಅಂತ.

ಯುವಕ - ಹೋಗೋಣು ಹೋಗೋಣು. ಮತ್ತ, ನನಗ ಮದಿವ್ಯಾಗ ಏನೇನ ಆಕ್ಕೇತಿ ಅಂತ ಗೋತ್ತssಇಲ್ಲ. ನಿಂಗ ಗೊತ್ತಿದ್ದರ ಹೇಳಲ ಮತ್ತ?

ಲಕ್ಕವ್ವ - ಹೂಂ... ನನಗ ಎಲ್ಲ ಗೊತ್ತೈತಿ. ಮತ್ತ ನೀ ನನಗ ಭಾಳ... (ನಾಚಿ ಮುಖ ಮುಚ್ಚಿಕೊಳ್ಳುತಾಳೆ)

ಯುವಕ - (ಅವಳ ಹತ್ತಿರಕ್ಕೆ ಹೋಗಿ) ಹೇಳು... ನಾ ನಿನಗ?

ಲಕ್ಕವ್ವ - ನನಗ ನಾಚಿಗಿ ಅಕ್ಕೇತಿ. ಸುಮ್ಕಿರ. ನನಗ ಏನೇನೋ ಆಗಾಕತ್ತೇತಿ.

ಯುವಕ - ನೀ ಹೇಳು. ಇಲ್ಲಾ ಅಂದರ, ನಾ ಇಲ್ಲಿಂದ ಹೋಗತೀನಿ ನೋಡು ಮತ್ತ...

ಲಕ್ಕವ್ವ - ಹೋಗಬ್ಯಾಡ... ನಾ ಭಾಳ ದಿನದಿಂದ ನಿನ್ನ ಹುಡಕಾಕತ್ತಿದ್ದೆ. ನನ್ನ ಕಣ್ಣು ನಿನ್ನ ನೋಡಾಕ ಹಲಬಾಕತ್ತಿದ್ವು. ನೀ ನನಗ ಭಾಳ ಶೇರಿದಿ. ನಮ್ಮ ಎಲ್ಲ ಅಕ್ಕನ ಗಂಡಂದಿರಿಕಿಂತಾ ನೀ ಭಾಳ ಚಂದ ಅದಿ. ನಾ? ನಾ ನಿನಗ ಶೇರಿದ್ನಿ?

ಯುವಕ - ಶೇರಿಲ್ಲಾ... (ನಗುತ್ತ)

ಲಕ್ಕವ್ವ - (ಮುಖ ಕೆಳಗೆ ಮಾಡುತ್ತಾಳೆ)

ಯುವಕ - ಭಾಳ ಶೇರಿದಿ. ನಾ ಮದುವಿ ಆದರ ನಿನ್ನss ಆಗಾಂವಾ. ಮದುವ್ಯಾಗ ಏನೇನ ಮಾಡ್ತಾರ? ನನಗ ಹೇಳತಿಯೋ ಒಲ್ಲ್ಯೋ?

ಲಕ್ಕವ್ವ - ಅಯ್ಯ ಹೇಳತೇನಿ, ಅದರಾಗೇನ ಐತಿ. ನಂಗ ಎಲ್ಲಾ ಗೊತ್ತೈತಿ. ಹ್ವಾದ ತಿಂಗಳ ನಮ್ಮ ದೊಡ್ಡವ್ವಾರ ಮಗಳ ಪಾರವ್ವಕ್ಕನ ಮದುವಿಗೆ ಹೋಗಿದ್ದೆ.

ಯುವಕ - ಹೂಂ... ನಿಮ್ಮ ಪಾರವಕ್ಕನ ಮದವ್ಯಾಗ ಎಲ್ಲಾ ನೋಡಿ. ನನಗ ಗೊತ್ತ ಅದ. ಮುಂದ ಹೇಳು (ಕೆಮ್ಮುತ್ತ).

ಲಕ್ಕವ್ವ - ಅದೂ ಗೊತ್ತೈತಿ ನಿನಗ? ಆತ ಬಿಡು. ಚುಟ್ಟಾ ಭಾಳ ಸೇದತಿ ಏನ್? ಆವಾಗಿಂದ ನೋಡಾಕತ್ತೇನಿ. ಕೆಮ್ಮಾಕತ್ತಿಯಲ್ಲ?

ಶ್ಯಾಮ - ಹೂಂ. ಚುಟ್ಟಾ ಭಾಳ ಸೇದತೀನಿ. ಪಾಕಿಟ್ ಶೆರೆ ಕುಡಿತೀನಿ. ನಿಮ್ಮ ಅಪ್ಪ ಬ್ಯಾಡಾ ಅನ್ನೂದಿಲ್ಲ ಹೌದಿಲ್ಲೋ?

ಲಕ್ಕವ್ವ - ಅಂವಾ ಯಾಕ ಬ್ಯಾಡಾ ಅಂತಾನ. ಹೊತ್ತ ಮುಳುಗು ಪುರಸತ್ತಿ ಇರಾಂಗಿಲ್ಲ, ಶೆರೆದ ಅಂಗಡಿ ಮುಂದ ಇರತಾನ.

ಯುವಕ - ಹೂಂ... ಅದ ಇರಲಿ (ಗೂಂಬಿ ಹತ್ತಿರ ಹೋಗಿ) ಈ ಗೊಂಬಿ ಹೆಸರು ಏನು?

ಲಕ್ಕವ್ವ - ಈ ಗೊಂಬಿ ನೋಡಾಕ ಯಾರ ಹಂಗ ಐತಿ ಹೇಳು?

ಯುವಕ - ಯಾರ ಹಂಗ?

ಲಕ್ಕವ್ವ - ನನ್ನ ಹಂಗ. ಹೌದಿಲ್ಲ? ಅದಕ್ಕ ಅಕಿ ಹೆಸರು... ಹೆಸರು?...

ಹೆಸರು ಹೆಸರಕಾಯಿ
ಒಡದರ ಪುಟ್ಟೀಕಾಯಿ
ತಿಂದರ ಸೌತಿಕಾಯಿ

(ಜೋರಾಗಿ ನಗುತ್ತ)

ಯುವಕ - ಮತ್ತ ನನ್ನ ಹೆಸರು? ನೀನ ಇಡು ಒಂದು... (ನಗುತ್ತ)

ಲಕ್ಕವ್ವ - ನಿನ್ನ ಸ್ವಾದರ ಅತ್ತಿ ಏನ ನಾ ನಿನ್ನ ಹೆಸರ ಇಡಾಕ?

ಯುವಕ - ಗೊಂಬಿ ಸ್ವಾದರ ಅತ್ತಿ ಏನ್ ಮತ್ತ ನೀ, ಅಕಿಗೆ ಹೆಸರು ಇಟ್ಟಿ ಮತ್ತ?

ಲಕ್ಕವ್ವ - ಹಂಗ್ಯಲ್ಲಾ ಹಿರ್ಯಾನ ಹೆಸರ ತಗೊಂಡ್ರ, ಅವನ ಆಯುಸ್ಯಾ ಕಮ್ ಅಕ್ಕೇತಿ ಅಂತ ಅವ್ವ ಹೇಳತಿರತಾಳ. ಅದಕ್ಕ ಹಿರ್ಯಾನ ಹೆಸರು, ಒಡಪಾ ಹಾಕಿ ಹೇಳಬೇಕಂತ. ನಾ ಒಲ್ಲೆವಾ. ನನಗ ನಾಚಿಗಿ ಅಕ್ಕೇತಿ.

ಯುವಕ - ಅಂದರ ಹೆಂಗ? ಹೇಳು ನೋಡೋಣು?

ಲಕ್ಕವ್ವ - (ನಾಚಿಕೊಳ್ಳುತ್ತ) ಗುಂಗುರ ಕೂದಲ, ಬಂಗಾರ ಬೈತಾಲಿ, ಹಸಿ ಮಣಿಮ್ಯಾಲೆ ಕುತ್ತ ರಮಸ್ತಾನ ಇರಪಾಕ್ಸಿ...

ಯುವಕ - ಇರಪಾಕ್ಸಿ? ಓಹೋ. ಹಂಗ ಅಂದರ ನನ್ನ ಹೆಸರು ವಿರುಪಾಕ್ಷಿ. ಹಮ್ ಅಡ್ಡಿ ಇಲ್ಲಾ. ಮುಂದ?

ಲಕ್ಕವ್ವ - ಅವಸರಾ ನೋಡ ಯವ್ವ (ಕನ್ನಡಿ ಮುಂದೆ ನಿಂತು) ಏನ ಲಕ್ಕವ್ವ. ಅಲಿಲಿಲಿಲಿ.... ಜೋರ ಆತ ಬಿಡು. ಕಡಿಕೂ ನಿನ್ನ ರಾಜಕುಮಾರಾ ಸಿಕ್ಕಬಿಟ್ಟ.

ಯುವಕ - ಯಾರು ರಾಜಕುಮಾರ? ನಾನು? (ನಗುತ್ತ) ಅದೆಲ್ಲ ಕಥಿ ಸಿನೇಮಾ, ನಾಟಕದಾಗ ಇರತದ. ಖರೆ ಜೀವನದಾಗ ಹಂಗೆಲ್ಲಾ ಇರೋದಿಲ್ಲ.

ಲಕ್ಕವ್ವ - ನೀ ರಾಜಕುಮಾರ ಹೌದೋ ಅಲ್ಲೋ ನಂಗ ಗೊತ್ತಿಲ್ಲ. ಆದರ ಎಲ್ಲಾ ಹೆಣ್ಣುಮಕ್ಕಳಿಗೂ ತಾ ಆಗು ಹುಡಗಾ ರಾಜಕುಮಾರನಽಽ.

ಯುವಕ - ಆಮ್ಯಾಲೆ?

ಲಕ್ಕವ್ವ- ನೀ ಹಾರೂರ್ ಹುಡುಗಾ ಏನು? ಅವರ ಹಂಗ ಮಾತಾಡ್ತಿಯಲ್ಲಾ...

ಯುವಕ - ಹೂಂ ಮತ್ತ... ಹಾರೂರ ಮನಿ ಗೊಂಬಿ ನನ್ನ ಕಳಸೇದ ಅಂದರ, ನಾನು ಅವರ ಹಂಗ ಮಾತಾಡಾಂವಾ. ಆದರ ನನಗ ನಿನ್ನ ಹಂಗೂ ಮಾತಾಡಾಕ ಬರತೇತಿ.

ಮುಂದ ಏನ್ ಅಕ್ಕೇತಿ ಹೇಳss ಹುಡುಗಿ.

ಲಕ್ಕವ್ವ- ಹೂಂ. ಆಮ್ಯಾಲೇ... ನಮ್ಮವ್ವ ನನ್ನ ತಯ್ಯಾರ ಮಾಡತಾಳ. (ಯುವಕ ಪಲ್ಲಂಗದ ಮೇಲೆ ಕುಳಿತಿರುತ್ತಾನೆ. ಅವಳು ನೆಲದ ಮೇಲೆ ಕುಳಿತು...) ನೋಡ ಲಕ್ಕಿ, ಮದುಮಗಾ ಯಾರ ಅಂತ ಕೇಳಬೇಕು ಹಂಗ ತಯ್ಯಾರ ಅಕ್ಕೇನಿ, ಅಂತ ನಮ್ಮಪ್ಪ ಮೀಶಿ ತಿರುವಿ, ಮನಿ ಮುಂದ ಹಸಿರ ಚಪ್ಪರಾ ಹಾಕಸ್ತಾನ. ಐದು ಮಂದಿ ಮುತ್ತೈದ್ಯಾರ ಕೂಟ ನನ್ನ ಕೈಯ್ಯಾಗ ಹಸಿರ ಬಳಿ ಇಡಸ್ತಾರು. ಮನ್ಯಾಗಿನ್ನ ಮಂದಿಗೆssಲ್ಲಾ ಸ್ವಾಮಾಡಸ್ತಾರು. ಬಸಪ್ಪನ ಗುಡಿಗೆ ಎಲಿಪೂಜಿ ಕಟ್ಟಸ್ತಾರು.

ಯುವಕ - ಎಷ್ಟ ಛಂದ ಅದ ಇದೆಲ್ಲಾ? ನೀ ಹೇಳೂದ ಕೇಳಿದರನss ಇಷ್ಟು ಖುಶಿ ಅನಸ್ತದ. ಇನ್ನ ಖರೇನ ಆದರ?! ವಾಹ್! ನಿನಗ ಯಾವ ಬಣ್ಣಾ ಪ್ರೀತಿ?

ಲಕ್ಕವ್ವ- ನನಗ ಹಳದಿ... ಹಚ್ಚ ಹಸಿರು... ಕೆಂಪ ಬಣ್ಣಾ. ಅವತ್ತ ಹಳದಿ ಕುಬಸ, ಹಸಿರ ಶೀರಿ ಉಡತೇನಿ.

ಯುವಕ - ಕೈಗೆ ಏನೋ ಕೆಂಪಂದ ಹಚ್ಚಿರತಾರ ಅಲ್ಲಾ?

ಲಕ್ಕವ್ವ- ಅದಕ್ಕ ಮದರಂಗಿ ಅಂತಾರ.

ಯುವಕ - ಮದರಂಗಿ? ಅದು ಎದಕ್ಕ?

ಲಕ್ಕವ್ವ- (ತನ್ನ ಕೈಗೆ ಹಚ್ಚಿಕೊಂಡ ಹಾಗೆ ಮಾಡಿ) ಮದರಂಗಿ ಕೈಗೆ, ಕಾಲಿಗೆ ಹಚ್ಚಿದರ ಮೈ ತಂಪ ಇರತೇತಿ. ಮೈತಂಪ ಇದ್ದರ, ಮಾರಿ ಮ್ಯಾಕ ಕಳೇ ಬರತೇತಿ. ಮತ್ತ ಸುಸ್ತ ಆಗಾಂಗಿಲ್ಲ ಅಂತ ಪಾರವಕ್ಕಗ ನಿಂಗವತ್ತಿ ಗಲ್ಲಾ ಚೂಟಿ ಹೇಳಿದ್ಲು. ಚಂದಾಗಿ ಮದರಂಗಿ ಹಚ್ಚಕೊ. ತ್ರಾಣ ಬೇಕಾಕ್ಕೇತಿ ಅಂತ. ಪಾಪ ಪಾರವ್ವಕ್ಕ ನಾಚಿ ಮಾರಿನ ಮುಚ್ಚಿಕೊಂಡ್ಲು. ಮತ್ತ ಮದರಂಗಿ ಬಣ್ಣ ಕೈಗೆ ಏರಿದಷ್ಟ ಗಂಡ ಜೀವ ಇರತಾನ ಅಂತ. ನಾನು ಮದರಂಗಿ ಹಚ್ಚಕೊಂಡಿದ್ನಿ. ಜssಗ್ಗ ಕೆಂಪ ಏರಿತ್ತ ನನ್ನ ಕೈಗೆ .

ಯುವಕ - ಹೌದೇನು? ಮುಂದ?

ಲಕ್ಕವ್ವ- ಮುಂದss ಅರಿಶಿಣ ಬೇರು ತೇದ ಮೈಗೆಲ್ಲಾ ಹಚ್ಚತ್ತಾರು. ಯಾರದೂ ನೆದರ ಬೀಳಬಾರದು, ಮದುವಿಗಿ ಯಾವ ಅಪಸಕುನಾ ಆಗಬಾರದು, ಮಾಟಾ ಮಂತ್ರ ಮಾಡಿಸಿದರ, ಅಲ್ಲೇ ನೀರಾಗ ಹರದ ಹೋಗಲಿ ಅಂತ ಹಚ್ಚತ್ತಾರು. ಮತ್ತ ಮದುಮಗಳ ಮಾರಿ ಬೆಳ್ಳಗ ಆಕ್ಕೇತಿ ಅಂತ! (ತನ್ನ ಮುಖವನ್ನು ಹಿಡಿದುಕೂಳ್ಳುತ್ತಾಳೆ)

ಯುವಕ - ಎಲ್ಲೆ? ತೋರಸು... ಈ ಕಡೆ ತಿರಗಸು ನಿನ್ನ ಮಾರಿ? ಬೆಳ್ಳಗ ಆಗಿಯಾ? ನಾನೂ ನೋಡತೇನಿ?

ಲಕ್ಕವ್ವ - (ಯುವಕನ ಮುಂದೆ ನಿಂತು) ನಿನ್ನ ಮುಂದ ನಿಂತರ ನನ್ನ ಮಾರಿ ಬೆಳಕ ನಿನ್ನ ಮ್ಯಾಲೆ ಬೀಳತೇತಿ. (ನಾಚಿಕೂಂಡು ಮುಖ ಮುಚ್ಚಿಕೋಳ್ಳುತ್ತ) ಯವ್ವ ನಾ ಒಲ್ಲೇssವಾ. ಗನಾ ನಾಚಿಗಿ

ಬರಾಕತ್ತೇತಿ. ನಡಗ ಬರಾಕತ್ತೇತಿ. ಅರಿಶಿಣದ ಮಾರಿ ಮ್ಯಾಗ ಕೆಂಪ ಒಣಾ ಕುಂಕುಮ. ಅದು ನನ್ನ ಇರುಪಾಕ್ಷಿ ಹೆಸರಿಂದ!

ಯುವಕ - (ಪ್ರೀತಿಯಿಂದ ಅವಳ ಕಡೆ ನೋಡುತ್ತಾನೆ) ನೋಡು... ಹುಡುಗಿ ಮನಿ ಕಡೆ ಇಷ್ಟೆಲ್ಲಾ ಮಾಡತಾರ. ಹುಡಗನ ಮನ್ಯಾಗ ಏನೇನು ಮಾಡತಾರ? ಅಂತನೂ ಹೇಳಲಾ ಮತ್ತ!

ಲಕ್ಕವ್ವ - ಹುಡಗನ ಮನಿಕಡೆನೂ ಏನೂ ಕಮ್ ಕೆಲಸ ಇರಾಂಗಿಲ್ಲ. ಈಗ ಸದ್ಯೆದ್ರಾಗ ನಮ್ಮ ಸಣ್ಣ ಅಪನಾರ ಮದುವಿ ಅಂತ ಹೇಳಾಕತ್ತಿದ್ರು ಗೌಡ್ರು ಅವನಾರ. ಇನ್ನಾ ತಿಂಗಳ ಹೊತ್ತ ಐತಿ, ಈಗಿಂದ ತಯ್ಯಾರಿ ಮಾಡಾಕುಂತಾರು.

ಯುವಕ - ಅವರದು ಬಿಡು. ನೀ ಹೇಳು.

ಲಕ್ಕವ್ವ - ಹೂಂss... ಮನಿಗೆ ಬಣ್ಣ ಹಚ್ಚತಾರು, ಶಗಣಿಲೇ ನೆಲಾ ಸಾರಸ್ತಾರು. ಮನಿ ಮುಂದ ಹಂದರಾ ಹಾಕಸ್ತಾರು. ಮನ್ಯಾಗಿನ್ನ ಹೆಣ್ಣಮಕ್ಕಳಿಗೆ ಬಳಿ ಇಡಸ್ತಾರು. ಮದುಮಗಗ ಅರಿಶಿಣ ಹಚ್ಚತಾರು. ಸೊಂಟಕ್ಕ ಬೆಳ್ಳಿ ಉಡದಾರಾ ಕಟ್ಟತಾರು. ಕೈಗೆ ಕರಿ ದಾರಾ ಕಟ್ಟಿ, ಸುರಗಿ ಹಾಕಿ, ಚರಗಿ ನೀರ ಚಲ್ಲಿ, ಹಳದಿ ನೀರ ತಗೊಂಡ ನಿನ್ನ ನೆದರ ತಗೀತಾರು. ಕೆಂಪ ಪಂಜೆ ಉಡಸ್ತಾರು ಬಿಳಿ ಅಂಗಿ ಹಾಕತಾರು. ಹಣೆಗೆ ಬಾಸಿಂಗ ಕಟ್ಟತಾರು. ಜೋಳದ ಗಂಟ ಕೈಗೆ ಕಟ್ಟತಾರು. ದಣಿ ಹುಟ್ಟಿದ ಕೂಸಿನ ಹಂಗ, ನಿಮ್ಮ ಅವ್ವ-ಅಪ್ಪ ಕಣ್ಣ ಬಿಟ್ಟ ನಿನ್ನss ನೋಡತಿರತಾರು...

ಯುವಕ - ಮತ್ತ?

ಲಕ್ಕವ್ವ - ಮದುವಿ ದಿವಸ ನಿಮ್ಮ ಮಂದಿ ಬ್ಯಾಂಡ ಬಜಂತ್ರಿ, ವಾಲಗಾ ಬಾರಿಶ್ಕೋsತ, ಕುಣಕೋsತ, ಹಾಡಕೋsತ ಹಾದಿ ಗುಂಟ ಪಟಾಕ್ಷಿ ಹಾರಿಸ್ಕೋsತ ಚಪ್ಪರಕ್ಕ ಬರತಾರು. ನನಗ ಅಂತೀ, ಮಂಟಪದಾಗ ಸಾವಿರ ಮಂದಿ ಇದ್ದರುನೂ ನನ್ನಾವನ ಬಿಟ್ಟ ಯಾರೂ ಕಾಣಾಂಗಿಲ್ಲ. ಅರಿಶಿಣ ಶೀರಿ ಉಟ್ಕೊಂಡು, ಉಡಕ್ಕಿ ತುಂಬಿಸಿಕೊಂಡು, ಹಾಸಕ್ಕಿ ಮ್ಯಾಲೆ ಬಂದು ನಿಲ್ಲತೇನಿ... (ಕನಸು ತುಂಬಿದ ಕಣ್ಣುಗಳಿಂದ)...

ಯುವಕ - ಮತ್ತ ನಾನು?

ಲಕ್ಕವ್ವ - ಕರಿಮಣಿ ತಾಳಿ ಕಟ್ಟಿ ನೀ ನನ್ನಾಕಿ ಅಂತ ಎಲ್ಲಾರ ಮುಂದ ದೊಡ್ಡಾಂವ ಆಗತಿ. ಕಾಲ ಮುಟ್ಟಿ ಕಾಲುಂಗರ ಹಾಕಿ, ನಾ ಇನ್ನೂ ಮಟಾ ಸಣ್ಣಾವ ಅದಿನಿ ಅಂತಿ. .

ನನ್ನಾವಾ? ಗೋತ್ತಿಲ್ದಂಗ ಯಾವಾಗ ನೀನು ನನ್ನಾವಾ ಆದಿ? ನನ್ನ ಹಣಿಗೆ ನಿನ್ನ ಹೆಸರಿನ ಕುಂಕಮಾ ಹಚ್ಚತಿ. ಹಿಡದದ್ದ ಕೈ ಬಿಡಾಂಗಿಲ್ಲ, ಕಟ್ಕೊಂಡಿದ್ದ ಗಂಟ ಬಿಚ್ಚಾಂಗಿಲ್ಲ ಅಂತ ಕಣ್ಣಾಗ ಹೇಳತಿ.

ನೂರ ವರ್ಷ ಬಾಳಿ ಬದಕರಿ ಅಂತ ಬಂದ ಮಂದಿ ನಮ್ಮ ತ್ಯಲಿಮ್ಯಾಲೆ ಅಕ್ಕಿಕಾಳ ಹಾಕ್ತಾರು. ಆಸೀರ್ವಾದಾ ಮಾಡ್ತಾರು.

ಯುವಕ - ಮಳಿಗಾಲದ್ದ ಮೊದಲಿನ ಮಳಿ ಹನಿ ಹಂಗ?

ಲಕ್ಕವ್ವ- ಗೋದಿ ಉಡಕ್ಕಿ ತುಂಬಿ ನಿಮ್ಮ ಮನಿ ತುಂಬಿಸಕೊತಾರು. ಅಕ್ಕಿ ಉಡಕ್ಕಿ ತುಂಬಿ ಅವ್ವನ ಮನಿ ತಂಪ ಇರಲಿ ಅಂತ ನಮ್ಮ ತವರಮನಿಗೆ ಕಳಸ್ತಾರು. ಒಂದ ದಿನ

ಆದಮ್ಯಾಲೆ ಮತ್ತ ನಿನ್ನ ನಿಮ್ಮ ಮನಿಗೆ ಕಳಸಿಕೊಡತಾರು (ನಗುತ್ತ).

ಯುವಕ - ಹಾಂ? ನೀನು? ನೀ ಅಲ್ಲೇ ಇರತೀ? ನನ್ನ ಯಾಕ ಕಳಸ್ತಾರ? ನಾ ಹೋಗಾಂಗಿಲ್ಲ ನಿನ್ನ ಬಿಟ್ಟು.

ಲಕ್ಕವ್ವ - ಛಲೋ ದಿನಾ ನೋಡಿ ನನ್ನ ಕಳಿಸಿಕೊಡತಾರು.

ಯುವಕ - ಎಷ್ಟ ಛಂದ ಮಾತಾಡತೀ ನೀನು! ನೀ ಹೇಳೊದೆಲ್ಲ ಕೇಳಿದರ... ನಾಳೆssನ ನಿಮ್ಮ ಅಪ್ಪನ ಹತ್ತರ ಬಂದು ನಿನ್ನ ಕೈ ಕೇಳಬೇಕು ಅನಸ್ತದ.

ಲಕ್ಕವ್ವ - ಇವತ್ತss ಬಾ. ನಾಳೆ ಯಾರ ಕಂಡಾರ?

ಯುವಕ - ಇವತ್ತ ಬ್ಯಾಡಾ. ನಾನು ಇನ್ನ ಹೋಗಬೇಕು. ನಾ ನಿನ್ನ ಭೇಟಿಯಾಗಿದ್ದು, ನಿನ್ನ ಜೋಡಿ ಮಾತಾಡಿದ್ದು ಯಾರ ಮುಂದೂ ಹೇಳಬ್ಯಾಡಾ. ಇಲ್ಲಾ ಅಂದರ ಆ ಗೊಂಬಿ ನನ್ನ ಮಾಯ ಮಾಡತದ.

ಲಕ್ಕವ್ವ - ಇಲ್ಲ... ಇಲ್ಲ ನಾ ಯಾರ ಮುಂದೂ ಹೇಳಾಂಗಿಲ್ಲ. ಆದರ ನೀ ಆಣಿ ಕೊಡು. ನಾಳೆ ನಮ್ಮ ಮನಿಗೆ ಬಂದss ಬರತೀ ಅಂತ.

ಯುವಕ - ಆತು ನೀ ಕಣ್ಣು ಮುಚ್ಚು. ನನಗ ಹೊತ್ತ ಆಗತದ.

(ಸಣ್ಣ ಮುಖ ಮಾಡಿ ಕಣ್ಣು ಮುಚ್ಚುತ್ತಾಳೆ. ಯುವಕ ಹೋಗುತ್ತಾನೆ. ನಿಂಗವ್ವ ಬಾಗಿಲು ತೆಗೆದು...)

ನಿಂಗವ್ವ - ಲಕ್ಕೀ ಏ ಲಕ್ಕೀ... ಏನಾತು? ಹಂಗ್ಯಾಕ ಕಣ್ಣು ಮುಚ್ಚಿ? ನಿದ್ದಿ ಬಂದಾವೇನು? ನಡಿ ಮನಿಯಿಂದ ಬುತ್ತಿ ಗಂಟು ತಂದೇನಿ ಬಾ.

(ಲಕ್ಕವ್ವ ಯುವಕನನ್ನೇ ಹುಡುಕುತ್ತಾ ಹೊರಗೆ ಹೋಗುತ್ತಾಳೆ)

ನಿಂಗವ್ವ - ಕ್ವಾಣಿ ಲಕಾಲಕಾ ಮಾಡಿ ನೋಡ ಮತ್ತ. ಉಂಡು, ಮ್ಯಾಗಿನ ಕ್ವಾಣ್ಯಾಗ ಈ ಪುಸ್ತಕ ಇಟ್ಟು ಬಾ. ಅಲ್ಲೇ ಸಣ್ಣ ಅಪನಾರ ಇರತಾರ. ಅವರನ ನೋಡಬೇಕು ಅನ್ನಾಕತ್ತಿದ್ದಿ...

ಲಕ್ಕವ್ವ - ಅತ್ತಿ... ನಾ ಮನೀಗೆ ಹೊಕ್ಕೇನಿ. ಯಾಕೋ ತಲಿ ಜಡಾ ಅನಸಾಕತ್ತೇತಿ. ಸಣ್ಣ ಅಪನಾರನ ನೊಡಿ ನಾ ಏನು ಮಾಡಲಿ? ಅವ್ವಾರಿಗೆ ಹೇಳಿ ಹೋಕ್ಕೆನಿ.

ನಿಂಗವ್ವ- ಯಾಕ ಲಕ್ಕೀ? ಮಾರಿ ಇಳದೇತಿ. ಕೆಲಸ ಭಾಳ ಆದುವು ಏನು? ಉಂಡು ಮನಿಗೆ ಹೋಗಿ ಮಕ್ಕೊ.

ದೃಶ್ಯ ನಾಲ್ಕು

(ತೆರೆಯ ಮೇಲೆ ಬೆಳಕು. ಪಡಸಾಲೆಯಲ್ಲಿ ಶಂಕರ ಗೌಡ ಯಾವುದೋ ಕಾಗದಗಳನ್ನು ನೋಡುತ್ತಿರುತ್ತಾನೆ. ಶೋಭಾ ದೇವರ ಪೂಜಾ ಸಾಮಗ್ರಿಗಳನ್ನು ಒರೆಸುತ್ತಿರುತ್ತಾಳೆ)

ಲಕ್ಕವ್ವ - ಅವನಾರ ಕೆಲಸ ಆತರಿ. ಹಿತ್ತಲಾಗಿನ್ನ ಹುಲ್ಲ ಅತ್ತೀನs ಕಿತ್ತತಾಳ ಅಂತ. ನನಗ ಮನಿಗೆ ಹೋಗಾಕ ಹೇಳ್ಯಾಳರೀ. ನಾ ಇನ್ನ ಹೊಂಡತೆನಿ ರೀ ಅವನಾರ.

ಶೋಭಾ - (ಅವಳನ್ನ ನೋಡಿ ನಕ್ಕು) ಒಬ್ಬಾಕಿನ ಹೋಗಬ್ಯಾಡ, ನಿಮ್ಮ ಅಪ್ಪ ಇಲ್ಲೇ ಬರತಾನ. ಅವನ ಜೋಡಿನ ಹೋಗುವಂತಿ ಬಾ. ಅವಲಕ್ಕಿ ಹಾಕಿ ಕೊಡತೇನಿ, ತಿಂದ ಹೋಗು ಬಾ. ಇಲ್ಲೇ ಕೂಡ ಅಲ್ಲಿ ತನಕಾ.

ಲಕ್ಕವ್ವ - ಹೊಟ್ಟೆ ಹಸದಿಲ್ಲ ರೀ ಅವನಾರ. ಅತ್ತಿ ಬುತ್ತಿ ತಂದಿದ್ಲು (ಶಂಕರ ಗೌಡನನ್ನು ನೋಡಿ ತಲೆ ಕೆಳಗೆ ಹಾಕುತ್ತಾಳೆ).

ಶೋಭಾ - ಅವರೇನು ಅನ್ನಾಂಗಿಲ್ಲ ಬಾ.

ಲಕ್ಕವ್ವ - (ಅವಳ ಹತ್ತಿರದಲ್ಲಿ ಕುಳಿತು) ಅವನಾರ ಕಣ್ಣು ಯಾಕ ಉಬ್ಯಾವರೀ? ಆರಾಮ ಇಲ್ಲೇನ್ರೀ ಮೈಯ್ಯಾಗ? ತ್ಯಲಿ ಒತ್ತಲೇನರೀ? ಅವ್ವಗೂ ಮಯ್ಯಾಗ ಅರಾಮಿಲ್ಲರೀ. ಮನೀಗೆ ಹೋಗಿ ಚಾ ಮಾಡಿ ಕೋಡಬೇಕು.

(ಶಂಕರ ಗೌಡ ಮತ್ತು ಶೋಭಾ ಒಬ್ಬರನೊಬ್ಬರು ನೋಡಿ ನಗುತ್ತಾರೆ)

ಶಂಕರ ಗೌಡ - ನಿಮ್ಮ ಅವ್ವಾರಿಗೆ ಹೆಣ್ಣು ಮಕ್ಕಳ ಅಂದರ ಭಾಳ ಪ್ರೀತಿ.

ಶೋಭಾ - ನಿನ್ನ ಹಂಗ ಒಬ್ಬಾಕಿ ಮಗಳ ಇರಬೇಕು ಅಂತ ಹಗಲೆಲ್ಲಾ ಅನಸ್ತದ ನೊಡವಾ.

ಲಕ್ಕವ್ವ - (ನಾಚಿ ನಕ್ಕು) ಅವನಾರ, ಸಣ್ಣ ಅಪ್ಪನಾರನ ಆಗಾವರು ಇಲ್ಲೇ ಬಂದಮ್ಯಾಗ, ನಿಮ್ಮ ಕೂಟನ ಇರತಾರ ಅಲ್ಲರೀ ಮತ್ತ. ನಿಮಗ ಹೆಣ್ಣುಮಗಳ ಸಿಕ್ಕಹಂಗ ಅಕ್ಕೇತಿ ಮತ್ತ!

(ಶೋಭಾ ಶಂಕರ ಗೌಡನತ್ತ ನೋಡಿ ಸುಮ್ಮನಾಗುತ್ತಾಳೆ)

ಶಂಕರ ಗೌಡ - ಬರಾಕಿ ಹುಡುಗಿ ಸೊಸಿ. ಮಗಳ ಹೆಂಗ ಆಗತಾಳ? ಲಕ್ಕವ್ವಾ?

ಲಕ್ಕವ್ವ- ನಮ್ಮ ಅವ್ವ ಅಂತಿರತಾಳ ರೀ ಯಪ್ಪಾ. ಕೊಟ್ಟ ಮನ್ಯಾಗ ಚಂದಾಗಿ ಹೊಂದಕೊಂಡು, ದೊಡ್ಡಾವರು ಹೇಳಿದ ಹಂಗ ಕೇಳ್ಕೊಂಡ, ಮನಿ ಮಗಳಹಂಗ ನಕ್ಕೋತ ಇರಬೇಕ ಅಂತ. ನಮ್ಮ ಅವ್ವಾ ಹೇಳ್ಯಾಳ ಅಂದರ, ಹೊಸಾ ಅವನಾರ ಮನ್ಯಾಗೂ ಹೇಽಳೇ ಹೇಳಿರತಾರ ಅಲ್ಲರೀ ಅಪ್ಪಾರ.

(ಶೋಭಾ - ಕಣ್ಣೀರು ತಡೆಯದೆ, ಒಳಗೆ ಹೋಗಲು ಏಳಲು ಹೋಗಿ, ಕಾಲು ಒಳುಕಿ ಒಮ್ಮೆಲೇ ಬೀಳುತ್ತಾಳೆ)

ಲಕ್ಕವ್ವ - ಅವನಾರ... ಏನ ಆತರೀ? (ಶೋಭಾಳನ್ನು ಕೂಡಿಸಿ ಕಾಲನ್ನು ತಿಕ್ಕುತ್ತಾಳೆ)

ಶೋಭಾ - ನಿನ್ನ ಕೈಗುಣ ಛಲೋ ಅದ ನೋಡು. ಸುಮ್ಮನ ನೀssನ ನನ್ನ ಸೊಸಿ ಆಗತೀ ಏನು (ನಗುತ್ತ)?

ಲಕ್ಕವ್ವ - ಸುಮ್ಕಿರೀs ಅವನಾರss. ಅಪ್ಪಾ ಬರೋದ ಹೊತ್ತ ಆಕ್ಕೇತಿ; ನಾ ಬರತೇನ್ರೀ ಅವನಾರ (ನಾಚಿಕೊಂಡು ಓಡಿ ಹೋಗುತ್ತಾಳೆ).

ಶೋಭಾ - ಏ ಲಕ್ಕವ್ವ... ಅಯ್ಯ ಹುಡುಗೀss... ಶೀರಿ ತಗೊಂಡ ಹೋಗು, ಅಯ್ಯ ಹೋಗೇ ಬಿಡ್ತು ನೋಡು (ನಗುತ್ತ). ಅಷ್ಟ ಮನಸ್ಸ ಹೌರಗ ಆತ ನೊಡರೀ ಅದರ ಜೊಡಿ ಮಾತಾಡಿ. ನಮ್ಮ ಜಾತಿದ ಇದ್ದರ, ಲಕ್ಕವ್ವನ್ನ ನಮ್ಮ ಮನೀಗೆ ತಗೋಬಹುದಿತ್ತು. ಹೆಸರಿಗೆ ತಕ್ಕ ಹಂಗ ನಮ್ಮನೀ ಲಕ್ಷ್ಮೀ ಹಂಗ ಇರತಿದ್ದಲು. ಆದರ ಏನ್ ಮಾಡೋದು? ಮ್ಯಾಲೆ ಕುತ್ತಾಂವಾ ಹಣೆಬರಹ ಅಂತ ಬರದಿರತಾನಲಾ.

ಶಂಕರ ಗೌಡ - ಮ್ಯಾಲೆ ಕುತ್ತಾಂವಾ ಎಲ್ಲಾರ ಹಣೆಬರಹ ಛಲೋನ ಬರದಿರತಾನ. ಜಾತಿ, ಧರ್ಮ ಎಲ್ಲಾ ನಾಂವ ಮಾಡಿಕೊಂಡಿದ್ದು. ನಮ್ಮದs ತೊಗೋ ಈಗ. ನಿಮ್ಮ ಅಜ್ಜಂದು ದತ್ತಕ ಬಂದ ಮನೆತನ; ನಮ್ಮ ಅಪ್ಪನೊ ದತ್ತಕ ಬಂದಾಂವಾ. ಮೂರು ತಲೆಮಾರು ಮೀರಿ ನಮಗ ಅವರ ಎಲ್ಲಿಂದ ಬಂದಾವರು ಅಂತನೂ ಸುಳಿವಿಲ್ಲ. ಕಡೀಕ ಎಲ್ಲಾರ ಉದ್ದೇಶ ಏನ ಹೇಳು?

ಮನೆತನ ಮುಂದವರಿಬೇಕು. ವಂಶ ಉದ್ಧಾರ ಆಗಬೇಕು ಅಷ್ಟ! ನೀ ಹೂಂ ಅನ್ನು ಸಾಕು. ಇವತ್ತ ಬಸಪ್ಪನ ಜೋಡಿ ಮಾತಾಡತೇನಿ. ಯಾರ ಏನ ಅಂತಾರ ನಾ ನೋಡತೀನಿ.

ಶೋಭಾ - ಏನ ಹೇಳಲಿಖತ್ತಿರಿ ನೀವು? ನಾ ಮಾತ ಮಾತಿಗೆ ಅಂದೆ; ಚಾಷ್ಟಿ ಮಾಡಿದೆ ಅಷ್ಟ. ನಮ್ಮ ಮನಿ ಮರ್ಯಾದಿ ಪ್ರಶ್ನಿ. ಮನ್ಯಾಗ ಇಷ್ಟು ದೇವರು-ದಿಂಡರು ಮಡಿ-ಮೈಲಿಗಿ... ಇವತ್ತಿಲ್ಲಾ ನಾಳೆ ಛಲೋ ಹುಡುಗಿ ಸಿಕ್ಕss ಸಿಗತಾಳ ನೋಡ್ರಿ ಬೇಕಿದ್ದರ. ಏನೇನರೇ ಮಾತಾಡಬ್ಯಾಡರಿ.

ಶಂಕರ ಗೌಡ - ನಾ ಹೇಳೂದರಾಗ ತಪ್ಪೇನದ? ನನ್ನ ಮಗನ ಮದುವಿ ಆಗಬೇಕು. ಮತ್ತ ಅವಂಗ ಮುಖ್ಯ ಅಂದರ, ಪ್ರೀತಿಲೇ ನೋಡ್ಕೊಳೂ ಹುಡುಗಿ ಬೇಕು. ನಮ್ಮ ಮನ್ಯಾಗ ಹೊಂದಕೊಂಡು, ಹೇಳಿದ್ದ ಮಾತ ಕೇಳಕೊಂಡ ಇರೋ ಹುಡುಗಿ ಬೇಕು. ಮತ್ತ ಹುಡುಗಿ ಶ್ಯಾಣ್ಯಾ ಇದ್ದಾಳಂತೀ. ನೋಡಲಿಕ್ಕೂ ಲಕ್ಷಣ ಇದ್ದಾಳ. ಶ್ಯಾಮಗ ಮದುವಿ ಅಂತ ಆಗಿ, ಎತ್ಲಾಗರೆ ಎರಡು ಮಕ್ಕಳಾಗಿ, ನಮ್ಮ ವಂಶ ಮುಂದವರದರ ಸಾಕ.

ಶೋಭಾ - ಹಂಗ ಹೆಂಗ ಸಾಧ್ಯ ರೀ? ಒಂದು ವೇಳ್ಯಾ ನಾ ಒಪ್ಪಿದೆ ಅಂತನ ಇಟ್ಕೊರಿ. ನಿಮ್ಮ ಮಗಾ? ಅಂವಾ ಹೂಂ ಅಂತಾನ? ಸಿಂದಗಿ ಅವರ ಮಗಳನ್ನ ಒಲ್ಲೇ ಒಲ್ಲೇ ಅನಕೋತ ನನ್ನ ಜುಲಮಿಗೆ ಒಪ್ಪಗೊಂಡಿದ್ದ. ಇನ್ನ ಲಕ್ಕವ್ವಂತೂ ಹಳ್ಳಿ ಹುಡುಗಿ; ಅದೂ ಸಾಲಿ ಕಲೀಲಾರದದ್ದು.

ಶಂಕರ ಗೌಡ - ಅವಂಗ ಭಾಳ ತಿಳುವಳಿಕಿ ಅದ. ನಾ ಹೇಳಿದ್ದು ಅರ್ಥ ಆಗ್ತದ. ಅವಂಗೂ ಜಾತಿ ಗೀತಿ ಮ್ಯಾಲೆ ನಂಬಕಿ ಇಲ್ಲಾ. ಹೌದು ಲಕ್ಕವ್ವ ಸಾಲಿ ಕಲತಿಲ್ಲ,ಅವನಿಗೆ ಸಮಾ ಅಲ್ಲಾ, ಎಲ್ಲಾ ಒಪ್ಪತೀನಿ. ಅದನ್ನೆಲ್ಲಾ ಮೀರಿನೂ ಬದುಕು ಅದ. ಅದು ಅವಂಗ ತಿಳಿತದ.

ಶೋಭಾ - ಹೌದಾ? ನಿಮ್ಮನ್ನ ಒಂದು ಮಾತು ಕೇಳಲಿ...? ಒಂದುವೇಳೆ ನಮ್ಮ ಶ್ಯಾಮನೂ ನಾಕ ಮಂದಿಗತೆ ಆರಾಮ ಇದ್ದರ, ಅವಾಗೂ ಹಿಂಗ ವಿಚಾರಮಾಡತಿದ್ದಿರಿ?

(ಸ್ತಬ್ಧ!)

(ಶಂಕರ ಗೌಡ ಗಲಿಬಿಲಿಗೊಂಡು ಅವಳತ್ತ ನೋಡದೆ ಒಳಗೆ ಹೋಗುತ್ತಾನೆ. ಅವಳು ಅವನತ್ತ ನೋಡುತ್ತಾಳೆ. ತೆರೆಯಮೇಲೆ ಕತ್ತಲು) .

(ತೆರೆಯ ಮೇಲೆ ಬೆಳಕು. ಗೌಡರ ಮನೆ ಪಡಸಾಲೆಯಲ್ಲಿ ಗೌಡರು, ಶೋಭಾ, ಮಲ್ಲವ್ವ, ಬಸಪ್ಪ , ಭೀಮ, ನಿಂಗವ್ವ, ಗೋವಿಂದ ಭಟ್ಟರು ಎಲ್ಲರೂ ಕುಳಿತುಕೊಂಡಿರುತ್ತಾರೆ)

ಶೋಭಾ - ಮಲ್ಲವ್ವ ಔಷಧ ತಗೋಳಿಕತ್ತೀಯೋ ಇಲ್ಲೋ? ತಪ್ಪಸ ಬ್ಯಾಡಾ...

ಮಲ್ಲವ್ವ - ತಗೋಳಾಕತ್ತೆನ್ರಿ ಅವನಾರ...

ಶಂಕರ ಗೌಡ - ನಿಮಗ ಇಲ್ಲೆ ಬರ್ಲಿಕ್ಕೆ ಹೇಳಿದ್ದ ಯಾಕ ಅಂದರ... ಏನss ನೀ ಹೇಳ್ತಿಯೋ?...

ಶೋಭಾ - ನೀವ ಹೇಳರಿ..

ಶಂಕರ ಗೌಡ - ಸೀದಾ ವಿಷಯಕ್ಕ ಬರತೇನಿ. ನಿಮ್ಮನ್ನ ಎಲ್ಲಾರನೂ ನನ್ನ ಕುಟುಂಬ... ಅಂತ ತಿಳಕೊಂಡ ಬಂದೇನಿ. ಇವತ್ತಿನ ತನಕಾ ಮುಚ್ಚು ಮರಿ ಅಂತ ಏನೂ ಮಾಡಿಲ್ಲ. ಸಿಂದಗಿಯವರು ಮದುವಿ ಮುರಕೊಂಡದ್ದು ನಮ್ಮ ಮಂದ್ಯಾಗ ಮಾತು ಹಬ್ಬೇದ. ಅದಕ್ಕ ನಾ ಹೆದರಾಂಗಿಲ್ಲ. ಆದರ ಈ ಯುಗಾದಿ ಒಳಗ ಶ್ಯಾಮನ ಮದುವಿ ಆಗಬೇಕು, ಇಲ್ಲಾ ಮುಂದ ಮದುವಿ ಯೋಗ ಇಲ್ಲಾ ಅಂತ ನಿಮಗೂ ಗೊತ್ತದ. ಅದಕ್ಕ ನಾನು, ನಿಮ್ಮ ಅವ್ವಾರು ಒಂದ ನಿರ್ಧಾರಕ್ಕ ಬಂದೇವಿ. ನಿಮಗೆಲ್ಲ ಒಪ್ಪಿಗಿ ಇದ್ದರ, ಬಸಪ್ಪನ ಮಗಳ ಲಕ್ಕವ್ವನ ನಮ್ಮ ಶ್ಯಾಮಗ ತಗೋಬೇಕು ಅಂತ ಅನ್ಕೊಂಡೀವಿ.

(ಎಲ್ಲರೂ ಗಾಬರಿಯಿಂದ ಒಬ್ಬರನೊಬ್ಬರು ನೋಡಿಕೊಳ್ಳುತ್ತಾರೆ)

ಶೋಭಾ - ಹೌದು. ಶ್ಯಾಮನೂ ಹೂಂ ಅಂದಾನ. ಮದುವಿ ಆಗ್ತೀನಿ ಅಂದಾನ. ನೀವೂ ವಿಚಾರ ಮಾಡರಿ. ಎರಡ ದಿನ ಬಿಟ್ಟ ಹೇಳರಿ. ನಿಮಗ ಮನಸಿಲ್ಲಾ, ಮಂದಿ ಏನ ಅಂತಾರ ಅಂತ ಅನಸಿದರ ಭಿಡೆ ಬಿಟ್ಟ ಹೇಳರಿ. ಅದಾರಗೇನು ಒತ್ತಾಯ ಇಲ್ಲಾ.

ಬಸಪ್ಪ - ಅವನಾರ, ನನಗ ಮಾತಾಡಾಕ ಬಾಯಿ ತೊದಲಾಕತ್ತೇತಿ. ನಿಮ್ಮ ಮನಿಗೆ ನನ್ನ ಮಗಳನ ಕೊಡಾಕ ನಾವು ಯಾಕೆ ಒಲ್ಲೇ ಅನ್ನೋಣುರೀ? ಒಲ್ಲೇ ಅಂದರ ನರಕದಗೂ ಜಾಗಾ ಸಿಗಾಂಗಿಲ್ಲ. ನೀ ಏನ್ ಅಂತೀ ಮಲ್ಲಗಿ?

ಮಲ್ಲವ್ವ - (ಕಣ್ಣಲ್ಲಿ ನೀರು) ಯಾವ ಜನ್ಮದಾಗ ಆ ಶಂಭುಲಿಂಗಗ ಬಿಳಿ ಹೂವಾ ಏರಸೇತಿ ಯಾರಿಗೆ ಗೊತ್ತ ನನ್ನ ಕೂಸು! ಅವನಾರ ನೀವss ನಮ್ಮಇಬ್ಬರಿಗೂ ದಾರಿಗೆ ಹಚ್ಚೀದಾವರು. ನಾ ಯಾವ ಬಾಯಿಲೇ ಇಲ್ಲ ಅನ್ನಬೇಕ್ರೀ ಅವ್ವಾ? ನೀವು ಅಂದ ಹಂಗ ಆಗಲೀ ರೀ. ನಮ್ಮ ಲಕ್ಕವ್ವಗ ಹೇಳಿದರ ಗನಾ ಕುಶಿಪಡತೈತಿ. ಸಣ್ಣ ಕಣ್ಣಾಗ ದೊಡ್ಡ ಕನಸ ಹೆಂಗ ತುಂಬಕೋತೆತೋ ಯಾರಿಗೆ ಗೋತ್ತ?

ಶಂಕರ ಗೌಡ - ಗೋವಿಂದ ಭಟ್ಟರs... ಮುಂದಿನ ಜವಾಬ್ದಾರಿ ನಿಮ್ಮದು.

ಗೋವಿಂದ ಭಟ್ಟರು - (ಪಂಚಾಂಗ ತೆಗೆದು ನೋಡಿ) ಮುಂದಿನ ತಿಂಗಳ ಒಂಬತ್ತನೇ ತಾರೀಖು, ಶುಕ್ರವಾರ ಅಗದಿ ಛಲೋ ದಿವಸ ಅದ. ಇವತ್ತೂ ದಿನ ಅಡ್ಡಿ ಇಲ್ಲ. ಹುಡುಗಿಗೆ ಉಡಿ ತುಂಬರಿ ಶೋಭಕ್ಕ.

ಬಸಪ್ಪ - ಅಪನಾರ... ಎಲ್ಲಾ ದೌಡ ದೌಡನ ಆಗಾಕತ್ತೇತಿ. ಲಕ್ಕವ್ವಗ ಮೈಮ್ಯಾಗ ಹಾಕಾಕ ಮಲ್ಲವನ ಬೋರಮಾಳಾ ಬಿಟ್ಟರ...

ಶೋಭಾ - (ನಗುತ್ತ) ಅಡಕಿ ಬೆಟ್ಟ ಇಟ್ಟು, ನಿನ್ನ ಮಗಳನ ಕೊಡು ಸಾಕು.

ಮಲ್ಲವ್ವ - ದೊಡ್ಡ ಮಾತ ರೀ ಅವನಾರ.

ಶೋಭಾ - ನಿಂಗವ್ವ ಯಾವದಕ್ಕೂ ಲಕ್ಕವ್ವನ ಒಂದ ಮಾತ ಕೇಳರಿ.

ನಿಂಗವ್ವ - ಅದಕ್ಕೇನ ಕೇಳೂದರಿ. ಮದುವಿ ಮಾಡ್ಕೋಳಾಕ ತುದಿಗಾಲ ಮ್ಯಾಲೆ ನಿಂತೇತಿ. ಅದಕ್ಕ ಜಗ್ಗೇ ಖುಸಿ ಆಕ್ಕೇತರೀ.

ಶೋಭಾ - ಛಲೋ ಆತು. ಲಕ್ಕವ್ವನ್ನ ಕರಕೊಂಡು ಬರ್ರಿ. ಅಕಿಗೆ ಉಡಿ ತುಂಬತೀನಿ.

ನಿಂಗವ್ವ - ಬರಾಕ ಹೇಳಿ ಕಳಿಶೇನಿರೀ. ಅಗ... ಬಂದ ಬಿಟ್ಟಳ! ಬಾ ಲಕ್ಕವ್ವ.

ಲಕ್ಕವ್ವ ಅನ್ನಬೇಕೋ? ಸಣ್ಣ ಅವನಾರ ಅನಬೆಕೋ?

(ಲಕ್ಕವ್ವ ಏನು ತಿಳಿಯದಂತೆ ಎಲ್ಲರನ್ನು ನೋಡುತ್ತಾಳೆ)

ಶೋಭಾ - ಬಾ... ಬಾ... ಇಕಡೆ ಪೂರ್ವಕ್ಕ ಮಾರಿ ಮಾಡಿ ಕೂಡುಬಾ.

(ಲಕ್ಕವ್ವ ಮಲ್ಲವ್ವನ ಕಡೆ ನೋಡುತ್ತಾಳೆ. ಶೋಭಾ ಅರಿಶಿಣ ಕುಂಕುಮ ಹಚ್ಚಿ ಸೀರೆಯನ್ನು ಕೊಡುತ್ತಾಳೆ.)

ಮಲ್ಲವ್ವ - ಲಕ್ಕವ್ವ ಎಲ್ಲಾರಿಗು ಸ್ವಾಮಾಡು (ನಮಸ್ಕಾರ ಮಾಡು ಎಂದು ಹೇಳುತ್ತಾಳೆ)

(ಅವಳಿಗೆ ಏನೂ ತಿಳಿಯದೆ ಎಲ್ಲರಿಗೂ ನಮಸ್ಕಾರ ಮಾಡುತ್ತಾಳೆ.)

ಮಲ್ಲವ್ವ - (ಅವಳನ್ನು ಗಟ್ಟಿ ತಬ್ಬಿಕೊಂಡು) ನಿನ್ನ ಕನಸು ಖರೇ ಆಗಾಕತ್ತೇತಿ. ಮಾರಿ ಕಾಣದ ಹುಡಗಾ ಇನ್ನ ನಿನ್ನ ಮುಂದ ಇರತಾನ. ಅವನಾರ ನಿನ್ನ ತಮ್ಮ ಮನಿಗೆ ತಗೊಳಾಕುಂತಾರು.

ಲಕ್ಕವ್ವ - (ಅವಳಿಗೆ ದಿಕ್ಕು ತೋಚದಂತಾಗಿ) ಅವ್ವಾ. ಏನು ಹೇಳಾಕತ್ತಿ ಬೇ? ನನ್ನ ಮಾತ ಕೇಳು ಒಂದಿಟ...

ಶೋಭಾ - ನಾ ಇನ್ನ ಮುಂದ ಲಕ್ಷ್ಮೀ ಅನ್ನಾಕಿ ನೋಡ ಲಕ್ಕವ್ವ. ನಡೀ... ಶ್ಯಾಮಗ ನಿನ್ನ ಜೋಡಿ ಮಾತಾಡಬೇಕಂತ. ನಿಂಗವ್ವಾ ಕರಕೊಂಡ ಹೋಗು. ಅತ್ತss ಈ ಶೀರಿ ಉಡಸಿಕೊಂಡು ಹೋಗು.

ಲಕ್ಕವ್ವ - ಅವನಾರ... ಅದು...

ನಿಂಗವ್ವ - ಹೆದರ ಬ್ಯಾಡಾ. ಸಣ್ಣ ಅಪನಾರು ಭಾಳ ಛಲೋ ಅದಾರು. ಬಾ!

(ಸೀರೆಯನ್ನು ಉಡಿಸಿ... ಶ್ಯಾಮನ ಕೋಣೆ ಹತ್ತಿರ ಅವಳನ್ನು ಬಿಟ್ಟು ಹೋಗುತ್ತಾಳೆ)

ಲಕ್ಕವ್ವ- ಅತ್ತಿ... ನೀನು ಬಾ... ನನಗ ಹೆದರಿಕಿ ಆಕ್ಕೇತಿ

ನಿಂಗವ್ವ- ಒಳಗ ಹೋಗು, ಏನು ಆಗಾಂಗಿಲ್ಲ... ಹೋಗು ಹೋಗು. ನಾ ಇಲ್ಲೇ ನಿಂತಿರತೇನಿ ಹೊರಗ.

(ಲಕ್ಕವ್ವನನ್ನು ಒಳಗಡೆ ಕಳುಹಿಸಿತ್ತಾಳೆ. ಶ್ಯಾಮ ಗೋಡೆಯ ಬದಿ ಇರುವ ಕುರ್ಚಿಯ ಮೇಲೆ ಕುಳಿತಿರುತ್ತಾನೆ)

ದೃಶ್ಯ ಐದು

ಲಕ್ಕವ್ವ - (ಸ್ವಗತ - ನನಗ ಈ ಮದುವಿ ಬ್ಯಾಡ. ಆದರ ಏನಂತ ಹೇಳಲಿ? ಹೆಂಗ ಒಲ್ಯೇ ಅನ್ನಲಿ? ಆದದ್ದ ಆಗಲಿ).

(ಹೆದರಿ) ಸಣ್ಣ ಅಪನಾರ... ಇದೆಲ್ಲಾ ಯಾಕ ಆಗಾಕತ್ತೇತಿ ಗೊತ್ತಿಲ್ಲ. ಅವನಾರ ನಿನ್ನೆ ನಗಚಾಟಗಿಗೆ ಅಂದಾರ ಅಂತ ಮಾಡಿದ್ದೆ. ತ್ಯಪ್ಪತಿಳಿಬ್ಯಾಡ ರೀ. ಇಲ್ಲೇ ಇದss ಕ್ಯಾಣ್ಯಾಗ ನನ್ನ ಇರಪಾಕ್ಷಿ ಸಿಕ್ಕಾನು. ಇವತ್ತ ನಮ್ಮ ಮನಿಗೆ ಬರತೇನಿ ಅಂದಾನು. ನಮ್ಮ ಅಪ್ಪನ ಜೋಡಿ ಮಾತಾಡಿ ನನ್ನ ಕೈ ಕೇಳತೇನಿ ಅಂದಾನು. ನಾವು ಒಬ್ಬರಕೊಬ್ಬರ ಬಿಟ್ಟ ಇರಾಂಗಿಲ್ಲಅಂತ ಭಾಷೆ ಕೊಟ್ಟೇವಿ. ನಮ್ಮ ಜೋಡಿ ಗಟ್ಟಿಆಗೇತಿ. ನಿಮಗ ನನ್ನಕಿನಾ ಭೇಷ ಕನ್ಯೇ ಸಿಗತೇತಿ. ನೀವ ದೊಡ್ಡ ಮನಸು ಮಾಡಿ ಈ ಮದುವಿ ತರಬರೀ. ನಿಮ್ಮ ಕಾಲ ಹಿಡಿತೇನಿರೀ (ಎಂದು ಅವನ ಮುಂದೆ ಹೋಗುತ್ತಾಳೆ. ಅವನ ಮುಖ ನೋಡಿ)

ಲಕ್ಕವ್ವ- (ಆಶ್ಚರ್ಯದಿಂದ) ಇರಪಾಕ್ಷಿss ನೀssನ?? ಯಾವಾಗ ಇಲ್ಲೇ ಬಂದ ಕುಂತಿ? ಸಣ್ಣ ಅಪನಾರ ಎಲ್ಲೆ ಅದಾರು? ಅವಾಗಿಂದ ಅವರss ಅಂತ ಮಾತಾಡಕತ್ತೇನಿ. ಅಯ್ಯss ನೀ ಅಂತ ನನಗ ಅಂದಾಜ ಆಗಿಲ್ಲ. ನೀ ಹಿಂಗ ಕುಂತರ ಆಗಾಂಗಿಲ್ಲಾ. ಎಲ್ಲಾರೂ ಕೂಡೆ ನನ್ನ ಸಣ್ಣ ಅಪನಾರಿಗೆ ಕೊಡಾಕುಂತಾರು. ಅವರಿಗೆ ಜಡ್ಡ ಆಗೇತಿ ಅಂತ ನನ್ನ ಕಟ್ಟಾಕುಂತಾರು. ನನಗೆಲ್ಲಾ ಗೊತ್ತ ಐತಿ. ದೌಡನ ನಡೀ... ಇರಪಾಕ್ಷಿ... ಹಿಂಗ್ಯಾಕ ಕುಂತಿ? (ಅವನ ಭುಜ ಹಿಡಿಯುತ್ತಾಳೆ. ಅವನು ಬೀಳುತ್ತಾನೆ. ಜೋರಾಗಿ ಕಿರಚುತ್ತಾಳೆ).

(ಹೊರಗೆ ನಿಂತಿದ್ದ ನಿಂಗವ್ವ ಬಾಗಿಲು ತೆಗೆದು... ಗಾಬರಿಯಿಂದ ನೋಡಿ)

ನಿಂಗವ್ವ - ಏನಾತು ಲಕ್ಕವ್ವಾ? ಸಣ್ಣ ಅಪನಾರಿಗೆ ಏನಾತು? ಅಪ್ಪನಾರss ಕಣ್ಣು ತಗಿರೀ... ಲಕ್ಕೀ ದೌಡನ ಹೋಗಿ ಎಲ್ಲಾರನೂ ಕರಕೊಂಡ ಬಾ... ಹೋಗು...

ಲಕ್ಕವ್ವ - ಅತ್ತಿ... ಏನಾತು ನನ್ನ ಇರಪಾಕ್ಸಿಗೆ? ಅಂವಾ ಯಾಕ ಮಾತಾಡಾತಿಲ್ಲಾ?

ನಿಂಗವ್ವ - ಯಾವ ಇರಪಾಕ್ಸಿ ಲೇ? ತ್ಯಲಿಗೆ ಬಂದ ಹಂಗ ಮಾತಾಡಬ್ಯಾಡಾ...

ಆ ಚರಗ್ಯಾಗಿನ್ನು ನೀರ ತಾ...

(ಲಕ್ಕವ್ವ ಅವನನ್ನೇ ನೋಡುತ್ತಾ ನಿಂತಿರುತ್ತಾಳೆ. ನಿಂಗವ್ವಾ ಎಲ್ಲರನ್ನೂ ಕರೆಯಲು ಹೊರಗೆ ಹೋಗುತ್ತಾಳೆ)

ಲಕ್ಕವ್ವ - ಇರುಪಾಕ್ಸಿ? ಸಣ್ಣ ಅಪನಾರು? ನೀ ಯಾರು? ಯಾಕ? ಏನು? ಅನ್ನೋದು ನನಗ ಬ್ಯಾಡಾ. ನೀ ನನಗ ಬಾಳೆ ಕೊಡತೇನಿ ಅಂತ ಮಾತ ಕೊಟ್ಟಿ. ಅದಕ್ಕ ನನ್ನ ಕನಸು... ನನ್ನ ಮನಸಿನ ತುಂssಬ ನಿನ್ನ ಚಿತ್ರ ಮೂಡೇತಿ. ಬಾಯಿ ಬಿಟ್ಟ ಮಾತಾಡು...

(ಎಲ್ಲರೂ ಕೋಣೆಯೊಳಗಡೆ ಬರುತ್ತಾರೆ. ಲಕ್ಕವ್ವ ದೂರ ಸರಿದು ನಿಲ್ಲುತ್ತಾಳೆ. ಭೀಮ ಶ್ಯಾಮನ ಕೈ ಹಿಡಿದು ನೋಡಿ ಮುಖ ಕೆಳಗೆ ಮಾಡುತ್ತಾನೆ. ಶಂಕರ ಗೌಡ, ಶೋಭಾ ಶ್ಯಾಮನ ಹತ್ತಿರ ಕುಳಿತು)

ಶೋಭಾ - ಏನಾಗಿಲ್ಲ ಅಂವಗ. ನಿಂಗವ್ವ ಅಲ್ಲಿ ನೀರ ತಾ? ಏಳಪಾ ಶ್ಯಾಮ... ಘಾಬರಿ ಮಾಡಸಬ್ಯಾಡ ನನಗ. ರೀ ಹೆಂಗ ಆರಾಮ ಮಲಕೊಂಡಾನ ನೋಡ್ರಿ...

ಶಂಕರ ಗೌಡ - (ಶ್ಯಾಮನ ತಲೆಯ ಮೇಲೆ ಕಯ್ಯಾಡಿಸಿ) ಹಂತಾದೇನು ಅವಸರ ಇತ್ತು ನಿನಗ? ಯಾಕ ಬಿಟ್ಟ ಹೋದಿ? ನಿನ್ನ ಮದುವಿ ಆಗಿ, ಮಕ್ಕಳ ಆಗಿ ಅವನ್ನ

ಆಡಿಸಿ... ನಾ ಹೋಗಬೇಕು ಅಂತ ಮಾಡಿದ್ದೆ. ಆದರ... (ಅಳುತ್ತ-ಶೋಭಾಳ ಭುಜದ ಮೇಲೆ ಕೈ ಇಟ್ಟು) ಸಮಾಧಾನ ಮಾಡಕೊ ಶೋಭಾ.

ಗೋವಿಂದ ಭಟ್ಟರು - ಸಮಾಧಾನ ಮಾಡಕೋರಿ. ಅವನ ಹಣೆಬರಹದಾಗ ಕಡಿಮಿ ದಿನ ಹಾಕಿ ಕಳಸ್ಯಾನ ಆ ದೇವರು. ನಕ್ಕೋಽತ ಕಲಽಕೋತ, ಇರು ಹೊತ್ತಿನ್ಯಾಗ ತನ್ನ ಹತ್ತರ ಕರಕೊಂಡಾ. ಮನಸ್ಸ ಘಟ್ಟಿ ಮಾಡಕೋರಿ.

ನಿಂಗವ್ವ- ಅವನಾರ ಹಿಂಗ ಅಂತೇನಿ ಅಂತ ಮನಸ್ಸಿಗೆ ತಗೋಬ್ಯಾಡರೀ... ನಮ್ಮ ಮಂದ್ಯಾಗ, ಮದುವಿಗೆ ಬಂದ ಮಗ ಹೋದರ, ಒಂದ ಗೊಂಬಿ ಕೂಟ ಮದುವಿ ಮಾಡಸ್ತಾರು.

ಗೋವಿಂದ ಭಟ್ಟರು - ಮನಸ್ಸನ್ಯಾಗ ಇದ್ದದ್ದು ಬಯಕಿ ಹಂಗ ಉಳಿತಾವ. ಅಂತ ಮಾಡತಾರ. ಆದರ ನಮ್ಮ ಮಂದ್ಯಾಗ ಹಂಗೇನೂ...

ಶಂಕರ ಗೌಡ - ಭಟ್ಟರ... ಅವನ ಖರೇ ಖರೇ ಮದುವಿ ಅಂತೂ ನೋಡಲಿಕ್ಕೆ ಆಗಲಿಲ್ಲ. ಹಿಂಗರೇ ನನ್ನ ಮಗನ ಮದುವಿ ಕಾಣೋಣು. ಅವಂಗ ಛಲೋ ಆಗತದ ಅಂತ ಆದರ ಇದನ್ನೂ ಮಾಡೋಣು. ಬೇಕಾದದ್ದು ತಯ್ಯಾರಿ ಮುಂದವರಸರಿ.

ಶೋಭಾ- ಇದ ಕ್ವಾಣ್ಯಾಗ ಗೊಂಬಿ ಪೆಟ್ಟಿಗಿ ಅದ ನೋಡ ನಿಂಗವ್ವಾ... ಪೆಟಗಿ ಒಳಗ ಅದರ ಶೀರಿ ಕುಬಸನು ಇರಬೇಕು. (ಅಳುತ್ತ) ಛಂದ ತಯ್ಯಾರ ಮಾಡರಿ. ಪಾಟಲಿ, ಬಿಲ್ವಾರಾ, ಸರಾ ಎಲ್ಲಾ ಹಾಕಿ, ಮನಿ ತುಂಬಶ್ಕೊತೇನಿ ನನ್ನ ಸೊಸಿನ್ನ. ನೀವು ಎಲಾರು ಛಂದಾಗಿ ತಯಾರ ಆಗರೀ (ಜೋರಾಗಿ ಅಳುತ್ತ).

ನಿಂಗವ್ವ - ಅವನಾರ... ಸುಮ್ಕ ಆಗ್ರಿ... ಸುಮ್ಕ ಆಗ್ರಿ (ಗಟ್ಟಿ ತಬ್ಬಿಕೊಳ್ಳುತ್ತಾಳೆ. ತೆರೆಯ ಮೇಲೆ ಕತ್ತಲು).

ದೃಶ್ಯ ಆರು

(ತೆರೆಯ ಮೇಲೆ ಬೆಳಕು. ಗೌಡರ ಮನೆ ಪಡಸಾಲೆಯಲ್ಲಿ ಒಂದು ಮಣೆಯ ಮೇಲೆ ಗೊಂಬೆಯನ್ನು ಕೂಡಿಸಿರುತ್ತಾರೆ. ಊರ ಜನರು ಬಂದಿರುತ್ತಾರೆ. ಲಕ್ಕವ್ವ ಆ ಗೊಂಬೆಯನ್ನೇ ನೋಡುತ್ತಿರುತ್ತಾಳೆ. ನಾಲ್ಕು ಜನ ಶ್ಯಾಮನ ಮೃತದೇಹವನ್ನು ಹೊತ್ತುತಂದು ಇಡುತ್ತಾರೆ. ಎಲ್ಲರೂ ಬಿಕ್ಕಿ ಬಿಕ್ಕಿ ಅಳುತ್ತಿರುತ್ತಾರೆ. ಮದುವೆಯ ಕ್ರಮವನ್ನು ಶುರು ಮಾಡುತ್ತಾರೆ ಸುತ್ತಲೂ ಎಲ್ಲರೂ ನಿಂತಿರುತ್ತಾರೆ. ಲಕ್ಕವ್ವ ತೆರೆಯ ಒಂದು ಮೂಲೆಯಲ್ಲಿ ಕುಳಿತಿರುತ್ತಾಳೆ)

ಲಕ್ಕವ್ವ- (ಧ್ವನಿ) ಬ್ಯಾಂಡ, ಬಜಂತ್ರಿ, ವಾಲಗಾ ಬಾರಿಶ್ಕೋss ತ, ಕುಣಕೋss ತ, ಹಾಡಕೋss ತ ಹಾದಿ ಗುಂಟ ಪಟಾಕ್ಷಿ ಹಾರೀಶ್ಕೋss ತ ಚಪ್ಪರಕ್ಕ ಬರತಾರು. (ಮೌನ)

ಹೂಂss... ಮನಿಗೆ ಬಣ್ಣ ಹಚ್ಚತಾರು, ಶಗಣಿಲೇ ನೆಲಾ ಸಾರಸ್ತಾರು. ಮನಿ ಮುಂದ ಹಂದರಾ ಹಾಕಸ್ತಾರು. ಮನ್ಯಾಗಿನ್ನ ಹೆಣ್ಣಮಕ್ಕಳಿಗೆ ಬಳಿ ಇಡಸ್ತಾರು. ಮದುಮಗಗ ಅರಿಶಿಣ ಹಚ್ಚತಾರು. ಸೊಂಟಕ್ಕ ಬೆಳ್ಳಿ ಉಡದಾರಾ ಕಟ್ಟತಾರು. ಕೈಗೆ ಕರಿ ದಾರಾ ಕಟ್ಟಿ, ಸುರಗಿ ಹಾಕಿ, ಚರಗಿ ನೀರ ಚಲ್ಲಿ, ಹಳದಿ ನೀರ ತಗೊಂಡ ನಿನ್ನ ನೆದರ ತಗೀತಾರು. ಕೆಂಪ ಪಂಜೆ ಉಡಸ್ತಾರು ಬಿಳಿ ಅಂಗಿ ಹಾಕತಾರು. ಹಣಿಗೆ ಬಾಸಿಂಗ ಕಟ್ಟತಾರು. ಜೋಳದ ಗಂಟ ಕೈಗೆ ಕಟ್ಟತಾರು. ದಣಿ ಹುಟ್ಟಿದ ಕೂಸಿನ ಹಂಗ, ನಿಮ್ಮ ಅವ್ವ-ಅಪ್ಪ ಕಣ್ಣ ಬಿಟ್ಟ ನಿನ್ನss ನೋಡತಾರು.

ನಾನು... ಅರಿಶಿಣ ಶೀರಿ ಉಟ್ಕೊಂಡು, ಉಡಕ್ಕಿ ತುಂಬಿಸ್ಕೊಂಡು, ಹಾಸಕ್ಕಿ ಮ್ಯಾಲೆ ತಲಿ ಬಗ್ಗಿಸಿ ನಿಲ್ಲತೇನಿ. ಕರಿಮಣಿ ತಾಳಿ ಕಟ್ಟಿ ನೀ ನನ್ನಾಕಿ ಅಂತ ಎಲ್ಲಾರ ಮುಂದ ದೊಡ್ಡಾಂವ ಆಗತಿ. ಕಾಲ ಮುಟ್ಟಿ ಕಾಲುಂಗರ ಹಾಕಿ, ನಾ ಇನ್ನೂ ಮಟಾ ಸಣ್ಣಾವ ಅದಿನಿ ಅಂತಿ. ಮದುವ್ಯಾಗ ಸಾವಿರ ಮಂದಿ ಇದ್ವರುನೂ ನನಗ ನನ್ನಾವನ ಬಿಟ್ಟ ಯಾರು ಕಾಣಾಂಗಿಲ್ಲ.

ನನ್ನಾವಾ? ಗೋತ್ತಿಲ್ದಂಗ ಯಾವಾಗ ನೀನು ನನ್ನಾವಾ ಆದಿ?

ಹಣಿಗೆ ನಿನ್ನ ಹೆಸರಿನ ಕುಂಕಮಾ ಹಚ್ಚತಿ. ಹಿಡದದ್ದ ಕೈ ಬಿಡಾಂಗಿಲ್ಲ ಕಟ್ಕೊಂಡಿದ್ದ ಗಂಟ ಬಿಚ್ಚಾಂಗಿಲ್ಲ ಅಂತ ಕಣ್ಣಾಗ ಹೇಳತಿ.

ನೂರ ವರ್ಷ ಬಾಳಿ ಬದುಕರಿ! ಅಂತ ಮದುವಿಗೆ ಬಂದ ಮಂದಿ, ತ್ಯಲಿಮ್ಯಾಲೆ ಅಕ್ಕಿಕಾಳ ಹಾಕ್ಕಾರು. ಆಸೀರ್ವಾದಾ ಮಾಡ್ತಾರು?

ಊರ ಮಂದಿ ಎರಡ ಗೊಂಬಿ ಮದುವಿ ಮಾಡಿ, ನೂರ ವರಷ ಬಾಳರಿ ಅನ್ನೋ ಮಾತು ಬೆಂಕ್ಯಾಗ ಬೆಂದ ಹೋಗಾಕತ್ತೇತಿ.

(ಗೊಂಬೆ ಜೊತೆ ಶ್ಯಾಮನ ಮದುವೆ ಮಾಡಿ, ನಾಲ್ಕು ಜನ ಹೊತ್ತು ಹೊರಗೆ ತೆಗೆದುಕೊಂಡು ಹೋಗುತ್ತಾರೆ. ಎಲ್ಲರೂ ಅಳುತ್ತ ಹಿಂದೆ ಹೋಗುತ್ತಾರೆ. ಗೊಂಬೆ ಅಲ್ಲಿಯೇ ಇರುತ್ತದೆ. ತೆರೆಯ ಮೇಲೆ ಕತ್ತಲು. ಮೌನ. ಮತ್ತೆ ಕತ್ತಲೆಯಲ್ಲೇ ಲಕ್ಕವ್ವನ ಧ್ವನಿ)

ಅವ್ವಾ ನನಗ ಒಬ್ಬಾಕಿನ ಮಲಗಾಕ ಹೆದರಕಿ ಬರತೇತಿ ...
ನನ್ನ ಹತ್ತರ ಬಾ. ಕನಸನ್ಯಾಗ ಬರೇ ಇರಪಾಕ್ಸಿ ಮಾರಿನ ಕಾಣಾಕತ್ತೇತಿ. ನನಗ ಅಳು ಬರಾಕತ್ತೇತಿ...ಅವ್ವಾ ಹಾಡ ಹಾಡು...

(ಮಲ್ಲವ್ವನ ಧ್ವನಿ)

ಅತ್ತರ ಅಳಲೆವ್ವ ಈ ಕೂಸು ನನಗಿರಲಿ
ಕೆಟ್ಟssರ ಕೆಡಲಿ ಮನೆಗೆಲಸ
ಕೆಟ್ಟssರ ಕೆಡಲಿ ಮನೆಗೆಲಸ ಕಂದವ್ವ
ಮಕ್ಕಳಿರಲೆವ್ವ ಮನೆತುಂಬ

ಓಡೋಡಿ ಬಂದಾನ ಗೋಡಿಗೆ ನಿಂತಾನ
ಬೇಡ್ಯಾನ ಬೆಲ್ಲ-ಬ್ಯಾಳೀಯ
ಬೇಡ್ಯಾನ ಬೆಲ್ಲ-ಬ್ಯಾಳೀಯ ನನ ಕಂದ
ಮಾಡ್ಯಾನ ಗೊಂಬಿ ಮದುವೀಯ.

ಲಕ್ಕೀss ಮಲಗಿದಿ? ಏ ಲಕ್ಕವ್ವಾ!...

(ತೆರೆಯ ಮೇಲೆ ಬೆಳಕು. ಗೊಂಬೆ ಮತ್ತು ಲಕ್ಕವ್ವ ನಿಂತಿರುತ್ತಾರೆ. ಒಬ್ಬರನ್ನೊಬ್ಬರು ನೋಡಿ)

ಗೊಂಬಿ - ನೀನು?
ಲಕ್ಕವ್ವ - ನೀನು.
ಗೊಂಬಿ - ಹೆಂಗದಿ?
ಲಕ್ಕವ್ವ - ನಿನ್ನಂಗ (ನಗುತ್ತ)
ಗೊಂಬಿ - (ತುಂಬು ನಗೆ)... ಇರುಪಾಕ್ಸಿ?
ಲಕ್ಕವ್ವ - ಕನಸು. ನಿನ್ನ ಇರುಪಾಕ್ಸಿ?
ಗೊಂಬಿ - ನೆನಪು............. ಮುಂದ...?

ಲಕ್ಕವ್ವ - ಮುಂದ ಗೊತ್ತಿಲ್ಲ. ಇಂದ... ನಾನು, ನೀನು ಮತ್ತ ಪೆಟಗಿ... ದೊಽಽಡ್ಡ ಪೆಟಗಿ...

ಇಬ್ಬರೂ ಒಟ್ಟಿಗೆ - (ಜೋರಾಗಿ ಕೈ ಹಿಡಿತು ತಿರಗುತ್ತಾ)
ಬಗಾಟ ಬಗರಿ...

- ಮುಕ್ತಾಯ -